राकस

जय चव्हाण

अनुक्रमणिका

1

रक्ताचं वाळवंट

इ.स.पू. ७२०० .

कजाण लोकांची वसाहत .

दूरपर्यंत पसरलेल्या लाल वाळूच्या समुद्रामध्ये एक साप सरपटत पुढे जात होता. तो चुकून इथे आला होता का ? माहिती नाही . तो फार दुरून कुठून तरी आला होता हे मात्र नक्की होतं .

तो साप वाळूतून चालताना कधी दिसत होता तर कधी वाळूत मुजत होता आणि या तापलेल्या वाळूमुळे त्याची चामडी करपली होती . जिळबट असलेल्या त्वचेमुळे त्याचा चकाकीपणा दुरूनच जाणवत होता .

खवले असलेला , खरबडीत शरीराचा काळाकुट्ट असा साप उष्ण अशा उन्हाळ्याच्या दिवसांत तो एखादी थंड अशी जागा शोधण्यासाठी धडपडत होता . पण इथे त्या सापाला कोणतीच थंड अशी जागा सापडणार नव्हती . कारण तो जिथे उभा होता, ते वाळूचं समुद्र एक भयानक असं वाळवंट होतं . या वाळवंटाला ‘रक्ताचं वाळवंट’ म्हटलं जायचं .

हे वाळवंट पूर्णपणे लाल रंगाच्या गारगोटीसारख्या दिसणाऱ्या वाळूने बनलेलं होतं . त्याचा लाल रंग रक्ताळलेला होता आणि त्या वाळवंटाकडे पाहिल्यानंतर असं वाटत होतं की, जणू या धरतीने रक्ताने माखलेली चादरच आपल्या अंगावर ओढून घेतली आहे .

सूर्य डोक्यावर आला होता आणि तो आग ओकत होता . त्यामुळे ही वाळू फारच तापली होती . त्यामधून उष्ण अशा झळा मारत होत्या . वाफा बाहेर पडत होत्या . पेटत्या भट्टीसारखं ते वाळवंट दिसत होतं .

याच तापलेल्या लाल वाळतून तो साप पुढे सरकत होता. त्याला चटके बसत होते. म्हणून तो जितक्या सावकाश जाता येईल, तितक्या धिम्या गतीने चालत होता. तेवढ्यात सफ्... असा कसला तरी आवाज झाला. तो आवाज तलवारीच्या पात्याचा होता आणि त्या आवाजाबरोबर रक्ताच्या चिळकांड्या उडणारा आवाजही येत होता.

कोणीतरी सापावर वार केला होता. क्षणातच त्या सापाचे दोन तुकडे झाले आणि त्या दोन तुकड्यातून एखाद्या कारंज्याप्रमाणे रक्ताचा फवारा बाहेर पडत होता.

तिथे जवळच उभा असलेला एक दहा वर्षाचा छोटा मुलगा त्या सापाची तडफड बघून घाबरला आणि ते विचित्र दृश्य बघून जोरजोरात मोठ्याने रडू लागला. तो मुलगा घामाने भिजला होता का रक्ताने, हे कळायचा काहीच मार्ग नव्हता. मात्र तो रक्ताच्या नदीत आंघोळ करून आल्यासारखा दिसत होता.

तो रक्ताच्या थोराळ्यात उभा होता. त्याच्या आजूबाजूला रक्ताचे तांडव माजले होते. हे तर धडकी भरविणारं दृश्य होतं. त्या मुलाने उभ्या आयुष्यात असे भयंकर दृश्य कधी पाहिलं नव्हतं. हजारो लोकांचे मृतदेह त्याच्या आजूबाजूला दिसत होते. त्या सर्व लोकांना एखाद्या धारदार शस्त्राने अनामिक पद्धतीने कापलं गेलं होतं. त्याची पूर्णच्या पूर्ण वसाहत बेचिराख करून टाकली होती.

त्यामधले काही मृतदेह अजून तडफडत होते. कुणाचा पाय तुटलेला दिसत होता; तर कुणाचा हात तुटलेला दिसत होता. कुणाच्या डोक्याची भकलं झाली होती.

त्या सर्व लोकांना कोणीतरी सपासप वार करून मारून टाकले होते आणि ही भयाण अशी परिस्थिती बघून ते लहान मूल जोरात रडत होतं. बेंबीच्या देठापासून त्याचा आवाज येत होता. आणि तो आवाज तिथली शांतता चिरत होता.

"अरे हट , गिधाडा '' कोणीतरी बोललं . तिथे उभ्या असलेल्या एका तलवारधारी इसमानं तो साप उचलला . त्या सापाला गिधाडं टोच्या मारत होतं आणि तो साप उचलून तोंडाला लावला. तो त्याचं रक्त पिऊ लागला. त्या सापाला त्याने आपल्या मुठीत धरून जोरात पिळला आणि असं केल्यामुळे त्या इसमाचं तोंड रक्तानं भरून गेलं. तो इसम पाणी असल्याप्रमाणे घटाघटा रक्त पित होता. समोरचं असं विचित्र दृश्य बघून त्या मुलाला ओकारी आली आणि तो खाली वाकून ओकू लागला . तो मुलगा रक्त ओकत होता .

तो मुलगा रक्त ओकतोय हे पाहून त्या तलवारधारी इसमानं तो साप दूर भिरकावून दिला आणि त्या मुलाजवळ येऊन त्या मुलाकडे एकटक नजरेने पाहू लागला . तो मुलगा अजून ओकतच होता . त्या इसमानं फेकलेल्या सापावर गिधाडं गोळा झाली आणि ती त्या सापाला कुरतडू लागली होती .

'' सरकार , या पोराचं काय करायचं ? '' तो तलवारधारी इसम त्या मुलाकडे हावरटल्यावानी पाहात होता आणि त्याच्या तोंडावरती नकतेच लागलेलं सापाचं रक्त पुसत तो बोलला . ताजं ताजं कवळं रक्त पिण्यासाठी त्याची जीभ आता वळवळू लागली होती .

'' काय करायचं म्हणजे ? अरे मारून टाक '' एक भरदार आवाज आला . तो भरदार आवाजाचा माणूस एका काळ्या घोड्यावर बसला होता आणि त्याचं शरीर पूर्णपणे काळ्या रंगाच्या कापडाने झाकलं गेलं होतं .

ज्याला हे लोक सरकार म्हणायचे , त्याचा हा आवाज होता. तो सरकार दुसरा तिसरा कोणी नसून तो राकस या नावाने ओळखल्या जाणाऱ्या साम्राज्याचा राजा होता .

त्या राकस साम्राज्याला लोक मृत्यूचं साम्राज्य म्हणायचे .

या काळात मानवाच्या हजारो जाती अस्तित्वात होत्या . त्यातली एक महाभयानक जात म्हणजे राकस .

ही जात रक्तपिपासू जात होती . उत्तरेकडील बर्फाच्या शेकडो मैल दूर असलेल्या थंड अशा ज्वालामुखीच्या प्रदेशात त्यांचं राज्य होतं . दिसायला सामान्य माणसाप्रमाणे पण सुळे दात आणि फारच चपळ

अशी जात होती .

पिशाच्चाचं वंशज म्हणविणाऱ्या या राकस जातीला रक्त लागायच . रक्ताशिवाय ते जगतच नसत . भले ते रक्त कोणाचेही असो . रक्त पिऊन ती जात शेकडो वर्षे जगत आली होती. आणि रक्त पिण्यासाठीच ते लांबचा प्रवास करून आले होते आणि रक्तासाठीच कजाण नावाच्या वसाहतीवर आक्रमण केलं होतं . त्यांनी इथल्या सर्व बायका-मुलांना मारून त्यांचं रक्त प्राशन केलं होतं. काहीजण अजून पिशव्यांमध्ये भरून घेत होते .

हा राकस राजा शेकडो सैनिकांची फौज घेऊन आला होता . तो खरंच रक्त पिण्यासाठी आला होता का ? रक्त हे एक निमित्त होतं , त्याचं येण्याचं खरं कारण वेगळंच होतं. त्याला या धरतीवर अस्तित्वात असणाऱ्या मानवाच्या सर्व जाती धर्माचा विनाश करायचा होता आणि भविष्यामध्ये फक्त आपलीच जात जिवंत ठेवायची होती .

घोड्यावर बसलेल्या राकस राजाने आपल्या बटव्यांतून कोणतीतरी वस्तू बाहेर काढली . ते कापडासारखं काहीतरी होतं . त्यानं ती वस्तू पसरवून त्यामधील एका आकृतीवर रक्ताने फुली मारली, ज्यावरती लिहिलं होतं - कजाण लोकांची वसाहत .

" मरुक , चल आपल्याला पुढे जायला हवं . " त्या नकाशाकडे पाहातच राकस राजा म्हणाला .

त्या नकाशावरती फक्त काहीच भाग फुली मारायचा बाकी होता . यावरून कळून येत होतं की, त्याने गेल्या काही दिवसांत किती दहशत माजवली आहे .

' पण सरकार , या पोराचं काय करायचं ? " तो तलवारधारी इसम म्हणाला, ज्याचं नाव मरुक होतं .

आणि मरुकचं बरोबर होतं . कारण त्या अख्ख्या जमातीमधला एकच मुलगा जिवंत राहिला होता . जो जोरजोरात रडत होता .

" अरे भडव्या, तुला एकदा सांगितलेलं समजत नाही का ? मारून टाक . " राकस राजा रागाने म्हणाला . त्याला या जमातीमधला एकही माणूस जिवंत ठेवायचा नव्हता. त्याला फक्त आपला धर्म मोठा करायचा होता .

" सरकार , तसं नव्हं . मला माफ करा . पण मला या पोराचं रक्त प्यायचं आहे . मी याचं रक्त पिऊ का ? " मरुक राजासमोर नतमस्तक होऊन म्हणाला आणि तो आपल्या डोळ्याच्या कोनातून पोराकडं पाहात होता .

" हू . . . " असं म्हणून राकस राजा गालातल्या गालात हसला , " अरे मरुक , त्याला परवानगीची काय गरज . बिनधास्त पी रक्त , '

राजा असं म्हटल्यावर मरुक लगेचच त्या पोराजवळ आला आणि त्याने आपली जीभ बाहेर काढली . लालभडक अशी जीभ , ज्यामधून लाळ टपकत होती . त्याने आपली तलवार तिथेच वाळूत खुपसली आणि जीभ बाहेर काढून तो त्या मुलाच्या गालाला चाटू लागला .

त्या जिभेच्या स्पर्शाने त्या पोराला हुडहुडी भरली . तो जागच्या जागी थरथरत होता . त्याला कोणताच प्रतिकार करण्याची ताकद उरली नव्हती . कारण त्याला आता समजलं होतं की , आता आपला शेवट आला आहे . इतर माणसाप्रमाणे हे लोक मलाही मारून , खाऊन टाकतील .

मरूक त्या मुलाचं सर्व तोंड चाटत होता . त्याची लाळ त्या मुलाच्या सर्व चेहऱ्यावर माखत होती .

मरुकच्या तोंडातून येणारा घाणेरडा भपका वास त्या मुलाला असह्य करून सोडत होता. त्याच्या तोंडातल्या घाणेरड्या वासाने मुलाला ओकारी आल्यासारखं वाटत होतं .

" मला मारू नका " शेवटचा प्रयत्न म्हणून ते पोर बोलून गेलं .

" का ? " कोणीतरी म्हणालं .

" मला जर तुम्ही मारलं तर तो तुम्हा सर्वांना मारून टाकेल . सर्वांचा विनाश होईल . " त्या मुलामध्ये अचानक कुठून धाडस आलं माहिती नाही . पण त्याला कसला तरी आशेचा किरण वाटत होता .

" तो ? कोण तो . . . ? " मरुक त्या पोराचा चेहरा चाटतच आश्चर्याने म्हणाला . तो मिठाई असल्यासारखं त्याला चाटत होता .

" देव . तो सर्व काही पाहात असतो . तो तुम्हा सर्वांना मारून टाकेल . " मुलगा म्हणाला .

"देव ? " भुवया उंचावून राकस राजा म्हणाला. तो नकाशा बघण्यात गर्क होता आणि देव हे वाक्य त्याच्या कानावर पडल्यावर तो भानावर आला.

" हो . देव तुम्हाला बघून घेईल . " ते पोर जोरात ओरडलं . तो प्रत्येक माणसाचा सर्वनाश करतो , असं मला माझ्या आईने सांगितलं होतं . आणि तुम्ही वाईट आहात . " त्याचा रडण्याचा सूर होता .

" असं ! बरं , मग बोलव तुझ्या त्या देवाला . " राकस राजा आपुलकीने म्हणाला .

" हूँ . . . " एवढं बोलून मुलगा हुंदके देऊ लागला . त्याला काहीच समजत नव्हतं . कारण तो जे देव म्हणतात तो नेमका कुठे राहतो आणि त्या देवाला कसं बोलवायचं हे मात्र त्याच्या आईनं त्याला सांगितलं नव्हतं . त्याची आई कदाचित विसरली असावी .

थोडा वेळ शांततेत गेला . आजूबाजूच्या गिधाडांनी पण मांस खाणं थांबविलं होतं . वाळूची चळचळ तेवढी ऐकू येत होती .

मरुकन त्या पोराला चाटणं थांबवलं होतं .

" अरे पोरा , तू जो देव म्हणतोस ना , तो देव मीच आहे . कारण तुम्ही लोकांनी जो कृत्रिम देव निर्माण केला ना , तोच संपवायला मी येथे आलो आहे . तुला कोणताच कृत्रिम देव वाचवायला येथे येणार नाही . " राकस म्हणाला , " हे धर्म , देव म्हणजे मानवानं निर्माण केलेले चोचले आहेत . "

हे वाक्य ऐकून मुलगा जास्तच घाबरला . त्याचं विव्हळणं आता बंद झालं . त्याचं थरथरणं थांबल होतं . तो एका जागेवरती स्तब्ध उभा होता . एखाद्या मेणाच्या पुतळ्यासारखा .

"बघ, बाळा हवं तर शेवटचा प्रयत्न करून बघ. मी शेवटची संधी देतो. बोलव लवकर तुझ्या परमेश्वराला, बघूया येतो का?" राकस राजा आपुलकीने म्हणाला आणि हे वाक्य बोलून झाल्यानंतर त्याने मानेने मरुकला इशारा केला.

मरुकला राजाचा इशारा लगेच कळाला. गालातल्या गालात हसतच त्याने आपला जबडा पसरला आणि क्षणार्धात त्या पोराच्या नरडीचा लचका तोडला.

त्याच्या जबड्यामध्ये दातांचं जाळं होतं. दातात दात मिसळलेले सुळे दात, तलवारीच्या पातीप्रमाणे धारदार असे.

मरुकने लगोलगच त्या पोराच्या मानेचा लचका तोडला आणि त्याने तो तोडलेला मांसाचा तुकडा थुकून दिला. तो तुकडा वाळूत कुठेतरी जाऊन दूर पडला आणि पुन्हा मरुकने आपला मोर्चा त्या पोराच्या नरड्याकडे फिरविला.

त्याच्या नरड्याकडे पाहिल्यानंतर शिसारी मारत होती. त्या नरड्यामध्ये नाडीचं जाळं दिसत होतं. त्या मधल्या काही नाड्या पिचकल्या होत्या तर काही नाड्या तुटून लोंबत होत्या आणि त्या तुटलेल्या नाडीमधून भळाभळा रक्त येत होते. ते रक्त हळूहळू खाली वाहत होतं. एखाद्या छोट्या धबधब्याप्रमाणे आणि भरीत भर त्या पोराचं लालभडक मांस दिसत होतं.

त्या पोराला असह्य वेदना होत होत्या. तो इकडून तिकडून धावत होता. ते जोरजोरात रडत होतं, ओरडत होतं. पण त्याचा आवाज फुटत नव्हता. कारण त्याची आवाजाची नाडी केव्हाच तुटली होती.

त्याचं ते लालभडक मांस बघून मरुकच्या तोंडाला पाणी सुटलं. त्याला राहवलं नाही आणि चपळतेने जाऊन त्याने त्या पळणाऱ्या पोराला धरलं आणि क्षणाचाही विलंब न लावता आपला जबडा उघडून सुळे दात त्या पोराच्या उघड्या मांसात घुसविले.

तो जोरजोरात त्याचं रक्त ओढत होता. तो रक्त ओढताना गुडगुड असा आवाज येत होता.

ते पोर तडफडत होतं. ते मोठ्या आत्मियतेने सोडवण्यासाठी प्रयत्न करत होतं. पण ते पोर या पिशाच्चाच्या हातातून सुटणार नव्हतं. तरीही ते पोर हात-पाय हलवत होतं आणि काही सेकंदातच ते पोर शांत झालं. त्या पोराची बुब्बुळे दबावाने फुटली आणि त्याच्या डोळ्यामध्ये खोल दरी निर्माण झाली होती.

त्या पोराचं सगळं रक्त मरुकने ओढून घेतलं. ते पोर निळं-काळं पडलं. शेवटी मरुकने त्याला सोडून दिलं आणि ते पोर त्या लाल वाळूत निपचित पडलं. धप्सरशी असा नकळत आवाज झाला.

मरुकच्या चेहऱ्यावर एक वेगळीच लय आली होती. जिबळ्या चाटतच तो घोड्यावर चढला.

'झालं! निघूया?'' क्रूरपणाने हा नजारा पाहात असलेला राकस राजा म्हणाला.

''हो, सरकार निघूया'' मरुक आनंदी होऊन म्हणाला. कित्येक वर्षांनंतर त्याला मानवाच्या या जातीचं रक्त प्यायला मिळालं होतं.

गिधाडांनी आता त्या पोराच्या नरडीचा ताबा घेतला होता आणि ते त्याचं उरलं सुरलेलं मांस खात होते.

राकस राजाचं इथलं काम आता संपलं होतं आणि तो पुढच्या जमातीकडे निघाला होता. आपल्या क्रूरपणाचं प्रदर्शन करायला.

2

चकाकणारी झाड

काबूर लोकांची वसाहत

सूर्याचा अस्त झाला होता . सर्वत्र अंधार पसरला होता. ही अमावस्येची रात्र होती आणि या तापलेल्या वाळूतून राकस राजा शेकडो मैल चालत आला होता . कजाण लोकांची वसाहत सोडून त्यांना बराच काळ लोटला होता आणि गेला एक प्रहर ही फौज वाळू तुडवत होती . असंख्य अडचणींना तोंड देत ते इथवर आले होते .

तेवढ्यात दूर कुठेतरी त्यांना काहीतरी चकाकणारी जाणीव झाली . त्यांच्या फौजेपासून मैलाच्या अंतरावर उत्तरेच्या दिशेला काहीतरी बिंदूसारखं चमकत होतं . ते लांबून चांदण्याप्रमाणे भासत होतं. पण अमावस्येच्या रात्री चांदणं दिसणं अशक्य होतं.

ते काहीतरी वेगळं होतं .

'' सरकार , आपल्याला काय वाटतं ? हे मृगजळ असेल काय ? '' मरुक त्या चकाकणाऱ्या बिंदूच्या दिशेने बोट करून म्हणाला.

'' मृगजळ हा एक प्रकारचा भास असतो . हवं तर मनाची कल्पना म्हणा . ''

'' नाही '' सरकार म्हणाला '' ही मानवी वसाहत आहे . कारण मला त्या वाऱ्यामध्ये मानवाच्या रक्ताचा सुगंध जाणवतोय. आपल्याला तिथे जायला हवं . चालत राहा . ''

" होय सरकार '' असं म्हणून मरुकने आपल्या घोड्याला टाच मारली . तो पुढे चालू लागला .

" थांबा , पुढे जाऊ नका '' राकस म्हणाला . काही एक मैल चालल्यानंतर ते त्या बिंदूजवळ आले होते . ते दृश्य खूपच सुंदर होतं .

खरं तर ते चांदणं नव्हतं . ती झाडं होती. त्या झाडाला काबूर असे म्हटले जायचे . त्या झाडाच्या पानांमधून चंदेरी रंगाचा प्रकाश बाहेर पडत होता आणि त्या चकाकणाऱ्या झाडांच्या बरोबर मधोमध झोपडीवजा घरे होती . ती काबूर लोकांची वसाहत होती. शे-पाचशे झोपड्या त्या झाडांच्या छायेत वसलेल्या होत्या आणि तिथे कोणीच दिसत नव्हतं .

" सरकार . . . . '' मरुक म्हणाला .

" बोल मरुक . ' सरकार त्या चकाकणाऱ्या झाडाकडे पाहात होता. त्या झाडाचा चंदेरी प्रकाश त्याच्या चेहऱ्यावर पडला होता .

" सरकार , मी म्हणत होतो की , मी त्या झाडाच्या आतमध्ये जाऊ का ? मला कोणी तिथे दिसत नाही . पण रक्ताचा वास मला येतोय . ''

" हो ' राकस म्हणाला . त्याने आता आपले डोळे झाकले होते आणि तो कसला तरी सुगंध घेत होता .

तिथल्या दोन पिशाच्चांना घेऊन मरुक त्या चकाकणाऱ्या झाडाजवळ आला .

त्या झाडाच्या बरोबर मधोमध दोन आकृत्या दिसत होत्या . जिथं झाडांची संख्या तुरळक होती, म्हणजे झाडेच नव्हती . तिथं त्या आकृत्या हलत्या दिसत होत्या .

मरुकने त्या झाडाच्या कोनातून पाहिलं . त्याला दोन पहारेकरी दिसत होते. ते दोन पहारेकरी काबुर वसाहतीचे रक्षण करत होते .

" तुला कसला तरी आवाज येतोय का ? '' पहारेकरी म्हणाला .

" नाही रे . तुला कदाचित भास झाला असेल '' दुसरा पहारेकरी म्हणाला . तो कान देऊन ऐकण्याचा प्रयत्न करत होता . पण त्याला कोणताच आवाज जाणवला नाही . त्याला वाऱ्याची भुणभुण फक्त ऐकू येत होती .

" पण मला तर घोड्यांच्या टापांचा आवाज आला " पहिला पहारेकरी म्हणाला " आणि त्या तिथे दूर वाळूमध्ये कोणीतरी कुजबुजतंय , असा मला आवाज आला . " तो झाडाच्या पलीकडे अंधारामध्ये बोट करून दाखवत होता .

" मला तर तिथे कोणीच दिसत नाही" दुसरा पहारेकरी म्हणाला , " मला वाटतं वाळूचा आवाज असेल, जो वाऱ्यामुळे सळसळ करत असेल . "

" बर . तू म्हणतोस म्हणून तसंच काहीतरी असेल " पहिला पहारेकरी भुवया उंचावून म्हणाला .

मैलभर दूर असलेला राकस राजा या दोन पहारेकऱ्यांचं बोलणं ऐकत होता . त्याला ह्या दोघांचं बोलणं स्पष्टपणे ऐकू येत होतं . त्याला निसर्गानं ही देणगीच बहाल केली होती . त्याने अजून आपले डोळे उघडले नव्हते. त्याला कसला तरी सुंदर सुगंधी वास येत होता . ताज्या रक्ताचा . आणि तो सुगंध तिथल्या एका झोपडीतून येत होता .

" सेनापतीजी , मी जाऊ ? " झाडाजवळ उभा असलेला पिशाच्च म्हणाला. त्याला त्या पहारेकऱ्याच्या नरडीचा घोट घ्यायचा होता .

" हो . जा " मरुक म्हणाला , जो सेनापती होता . तो पिशाच्च दबकत - दबकत झाडाच्या बुंध्याजवळ आला . त्याने आत जाऊन काय करायचं ते ठरलं होतं . तो आत जाऊन परिस्थितीची पाहणी करणार होता .

आणि तो पिशाच रांगत रांगत निघाला होता . तो झाडाच्या मुळापर्यंत जाणार इतक्यात तिथे अचानक आगीचा डोंब निर्माण झाला आणि क्षणार्धात नाहीसा झाला .

तो पिशाच्च जळाला होता . त्याचा आवाजही फुटला नाही आणि त्याची राखही तिथे दिसली नाही .

" ते बघ , तिकडे जाळ झाला " पहारेकरी म्हणाला. "मी म्हटलं नव्हतं तुला , कोणीतरी हमला केलाय आपल्यावर . मुखियाला जाऊन सांगायला पाहिजे . "

" अरे , कोणीतरी प्राणी असेल .' दुसरा पहारेकरी म्हणाला. " एवढ्या दूरवर त्या रक्ताळलेल्या वाळूतून कोण येईल मरायला ? कोणीतरी जनावर असेल . वासाने येत असेल आणि ह्या झाडाच्या प्रखर प्रकाशाने

जळालं असेल. "

" बरोबर आहे तुझं . ही झाडे आहेत म्हणून आपली जमात आहे . नाहीतर केव्हाच काफिरांनी आपल्या वसाहतीवर हमला केला असता. " पहिला पहारेकरी म्हणाला.

' तेच तर मी म्हणत होतो . आपण उगीचच पहारा देतोय, ही झाडे असताना , जी चमत्कारी आहेत , ती असताना आम्हाला पहारा देण्याची गरजच काय ? '' दुसरा पहारेकरी म्हणाला .

" आपल्याला काळजी करण्याची काहीच गरज नाही . कारण ही झाडे आपल्यासाठी दैवत आहेत . या झाडाच्या चंदेरी प्रकाशाने हिंस्त्र प्राणी जळतात . त्याच्या जवळ येणाऱ्या प्राण्याला ते जाळतात . " पहिला पहारेकरी म्हणाला .

अच्छा असं आहे तर ! राकस राजा मनातल्या मनात म्हणाला आणि त्याने आपले डोळे उघडले . त्याला आता सगळा प्रकार समजला होता . त्याला त्या दोघांचं बोलणं ऐकू येत होतं .

हे दृश्य बघून मरुक घाबरला होता आणि तो पळत पळत सरकारजवळ आला होता . त्यांचा एक सैनिक जळाला होता .

" सरकार , आता आपण काय करायचं ? " मरूक म्हणाला . ' आपल्याला ती झाडे पार करून आतमध्ये जाणे अशक्य आहे ."

" असं आहे तर . . . " स्मित हास्य करून राकस राजा पुन्हा म्हणाला .

" कसं सरकार ? " मरुक प्रश्नार्थी नजरेने म्हणाला .

' मरूक इकडे ये . जवळ ये ' राकसने मरूकला आपल्या जवळ बोलाविले आणि त्याच्या कानात काहीतरी सांगू लागला. बोलता बोलता त्याने आपल्या बटव्यातून दोन वस्तू बाहेर काढल्या आणि त्या दोन वस्तू मरूकला दिल्या. जादूचे दगड, त्या गारगोट्या होत्या. बर्फालासुद्धा आग लावणाऱ्या.

" असं आहे तर " मरुक स्मितहास्य करत त्या दोन गारगोट्या घेऊन तो झाडापाशी आला .

" तुला कसला तरी वास येतोय का ? " पहिला पहारेकरी म्हणाला. " कसला ? " दुसरा पहारेकरी बोलला . " काहीतरी जळतंय . " पहिला

पहारेकरी नाकपुड्या फुगवून म्हणाला .

" हो की , मलापण येतोय वास . " कदाचित हा ओला पाला जळल्याचा वास आहे . " दुसरा पहारेकरी म्हणाला आणि तो आजूबाजूला नजर फिरवत होता आणि त्याला दिसलं , दूर झाडाच्या खोडात काहीतरी जळत आहे .

ही झाड जाळणं अशक्य होतं . कारण ही जादुमय झाडं होती . ती कोणत्याच साधनानं जळत नसत .

'' तिकडे बघ जाळ दिसतोय . '' पहिला पहारेकरी म्हणाला . तो घाबरला होता .

'' आपल्याला मुखियाला सांगितलं पाहिजे . कोणीतरी आपल्या क्षेत्रामध्ये घुसलंय . " " आपल्यावर काफिरांनी आक्रमण केलंय. मी मुखियाला बोलावतो . तू तुतारी वाजव . जा लवकर पळ . ' दुसरा पहारेकरी म्हणाला आणि तो पळत सुटला .

" मुखिया जी . . . मुखिया जी . . . आग लागली , पळा मुखियाजी . . . '' तो जोरजोरात ओरडत होता . त्याचा आवाज शांतता चिरत गेला .

तेवढ्यात तिथे मोठा कर्कश आवाज झाला . पहारेकरी तुतारी वाजवत होता . हा आवाज धोक्याची सूचना होती . वादळ किंवा असंच मोठं सकट आल्यानंतर तुतारी वाजवायची रीत पिढ्यान्पिढ्या चालत आली होती .

त्या आवाजामुळे शत्रू बेसावध व्हायचा आणि सैनिक सावध व्हायचा .

कसला आवाज झाला म्हणून मुखिया झोपडीबाहेर आला. तो भाला घेऊन बाहेर आला . त्याला नुकतीच झोप लागली होती आणि कसल्यातरी मोठ्या आवाजाने त्याला जाग आली .

हा आवाज धोक्याची सूचना होती. प्रथम त्याला वाटले की , वाळूचे वादळ आले असावे. पण बाहेरचा देखावा अनोखा होता . झोपडीचा पडदा बाजूला सारून मुखिया झोपडीबाहेर आला . बाहेरचं दृश्य भयानक होतं . धडकी भरविणारं. त्याच्या आजूबाजूची झाडे जळत होती . आणि त्या जळणाऱ्या झाडांचा काड काड असा आवाज येत होता .

त्या जळणाऱ्या झाडांचा सोनेरी प्रकाश सर्वत्र पसरला होता . लोक इकडून तिकडे घाबरून पळत होते . त्यामधील काही लोक जळत होते . मुखिया आजूबाजूला आश्चर्याने पाहात होता . मुखियाने पाहिलं की, दूर उंचावर त्याचा एक सैनिक तुतारी वाजवत होता, जी तुतारी झाडाला बांधली गेली होती . तो सैनिक कुंकर मारून जोरजोरात त्या तुतारीतून आवाज काढत होता . आणि अचानक तुतारीचा आवाज थांबला . कोणीतरी दुरून त्या पहारेकऱ्यावर तलवार फेकली होती . ज्या तलवारीला दोन्ही बाजूला धार असते . आणि त्या तलवारीच्या पात्यानं त्या सैनिकाचं मुंडकं चिरलं होतं . त्या सैनिकाचं मुंडकं तुतारीच्या दांड्याला लोंबकळत होत आणि त्याचं धड खाली पडलं होतं .

" हमला झाला . . . मुखियाजी , हमला झाला . . . " पहिला पहारेकरी पळत पळत मुखियासमोर आला होता . तो फारच घाबरला होता.

" मुखियाजी मुखिऽऽया . . . . " एवढंच वाक्य बोलून तो थांबला . कारण त्याच्या तोंडातून भाल्याचं टोक बाहेर आलं होतं आणि त्याच्या रक्तांचे शिंतोडे मुखियाच्या तोंडावर पडले . दुरून कोणीतरी त्याला भाला मारला होता. तो पहारेकरी तोंडाचा आऽऽ करून मुखियाच्या समोरच गारद झाला .

" कोण ? " मुखिया रागाने म्हणाला . " कोण आहे ते . . . समोर ये . लांबून वार काय करतोयस ? " त्याला तो शत्रू पाहायचा होता . ज्याने अशक्य ते शक्य करून दाखवलं होतं . कारण ह्या झाडांना पेटवणे अशक्य होते . हा त्याच्यासाठी चमत्कार होता .

हा शत्रू सैतान होता .

आजूबाजूला त्याची नजर सैरावैरा धावत होती . त्याने आपला भाला मुठीमध्ये घट्ट दाबून धरला होता . आता त्याच्या आजूबाजूला धुराचे लोट उठले होते . धुके असल्याप्रम णे तिथलं वातावरण झालं होतं . तेवढ्यात त्याला जाणवलं की , त्याच्या समोर धुरामध्ये कोणीतरी उभा आहे . उंच अशी काळी आकृती त्याच्या समोर उभी होती .

राकस राजा विजेच्या वेगाने मुखियाच्या समोर आला होता . तो घोड्यावरती बसला होता . त्याने आपल्या तोंडावर कापड बांधले होते .

" कोण आहेस तू ? " भाल्याचं टोक त्याच्यावर उगारून मुखिया म्हणाला .

" ही तुझी शेवटची इच्छा आहे ? '' राकस हसत म्हणाला . '' ठीक आहे तर '' असं म्हणून त्याने आपल्या तोंडावर बांधलेलं कापड सोडलं .

धारदार नाक , मानेपर्यंत रुळलेले केस , खुरटी दाढी असलेला , तिशीतला वाटावा असा राकस राजा .

" राकस ? '' मुखिया ओरडला . त्याचे डोळे टरबुजासारखे झाले होते . तो घाबरला होता . तो घामाने भिजला होता . कारण समोरचा माणूस कोण आहे हे त्याला नेमकं माहिती होतं . तो सैतानाचा सैतान होता. यम देवाला पण मृत्यू लोकात पाठविणारा.

मृत्यूचा देवता होता तो . " अगदी बरोबर, राकसच '' तो म्हणाला .

' नीच माणसा , तू इथे कशाला आलायस ? काय पाहिजे तुला ? '' मुखिया रागाने म्हणाला आणि त्याने उत्तराची वाट न बघता आपला भाला राकस राजावर ताकदीसरशी फेकला .

पण . . . . तेवढ्यात सपऽऽ . . . सरशी आवाज झाला . मुखियाचा हात त्याच्या धडापासून वेगळा झाला होता आणि तो भाल्यासकट दूर उडून पडला. तो तुटलेला हात हलत होता .

मरुकने क्षणार्धात मुखियाचा हात तोडला.

आता आजूबाजूला रक्ताचे तांडव माजले होते . लोकांच्या किंकाळ्या ऐकू येत होत्या. पिशाच्च रक्त पित होती. कोणाच्या तरी नरडीचा घोट घेत होती. कोणाचं तरी मांस खात होती . झाडे अजून जळत होती आणि काडकन मोडून तिथल्या झोपड्यावर ढासळत होती . त्यामुळे तिथल्या झोपड्यांना पण आग लागली होती. आगीची दाहकता वाढली होती .

मुखिया फारच धाडसी होता . हात तुटला होता . तरीपण त्याने पळत जाऊन झोपडीतून तलवार आणली .

' मी तुला जिवंत सोडणार नाही '' मुखिया त्वेषाने म्हणाला आणि तो पळत सुटला . तो वेगाने राकसच्या दिशेने पळत होता .

तो त्याच्या जवळ पोहोचला. तो राकसवरती तलवार उगारणार इतक्यात पुन्हा सपऽऽ . . . असा आवाज झाला . मुखियाचे दोन भाग झाले होते आणि त्यातून भळाभळा रक्त येत होतं. दोन एक सेकंदासाठी

ते धड तडफडलं आणि शांत झालं . मुखिया मेला होता .

" मरुक " राकस राजा म्हणाला आणि त्याने आपल्या मानेनेच मरुकला झोपडीच्या आत जाण्याचा इशारा केला . कारण त्याला त्या झोपडीतून शुध्द रक्ताचा सुगंध येत होता . आणि त्या सुगंधानेच तो या झोपडीसमोर आला होता . आणि महत्त्वाचं म्हणजे राकस राजा फक्त शुध्दच रक्त प्यायचा म्हणजे नुकत्याच जन्मलेल्या अर्भकाचं , त्याचं रक्त पवित्र असत .

राकस राजाचा इशारा समजून झोपडीचा पडदा सारून मरुक आतमध्ये गेला . ती झोपडी थंडगार होती . बर्फ पडल्याप्रमाणे इथलं वातावरण होत . मरुकला त्या झोपडीत थंडी जाणवली . त्या थंडीमुळे त्याच्या अंगावर शहारे आले . तो थंडीने थरथरू लागला .

झोपडीत सर्वत्र पडदे दिसत होते . ते पडदे पांढऱ्या रंगाचे होते. झोपडीत मेणबत्त्या पेटत होत्या आणि त्या मेणबत्तीचा मिणमिणता प्रकाश त्या झोपडीत पसरला होता .

आपल्या हाताने तोंडावर येणारे पडदे बाजूला सारत मरुक रक्ताच्या वासाने एका खोलीत आला . त्या खोलीत बरोबर मधोमध पलंग होता आणि पलंगाच्या आजूबाजूला पडदे लोंबकळत होते आणि त्याच पलंगावर एक गरोदर बाई तोंड वरती करून पडली होती. ती बाई मुखियाची बायको होती . ती घामाने भिजली होती .

ती बाई हातात कसली तरी मण्याची माळ घेऊन काहीतरी पुटपुटत होती . ती काय पुटपुटत होती हे समजण्याच्या पलीकडचं होतं. ती तोंडातल्या तोंडातच पुटपुटत होती . तिचे ओठ किंचितसे हलत होते .

मरुक ताबडतोब तिच्याजवळ गेला आणि त्याने आपल्या नखानं तिच्या पोटावरचा कापडाचा काही भाग फाडला . ती बाई स्तब्ध झाली .

पाडलेल्या भागातून तिचं उघडं पोट दिसत होतं आणि त्या उघड्या झालेल्या पोटावर आपली जीभ ठेवून मरुक चाटू लागला . तिचं पोट फुग्याप्रमाणे फुगलं होतं . अचानक झालेल्या स्पर्शाने ती बाई भेदरली .

" दूर हो सैताना " आपलं पुटपुटणं थांबवून ती बाई ओरडली . तिने आपल्या हातामधील माळ मरुकला भिरकावून मारली . पण मरुक त्या बाईचं पोट चाटण्यात मग्न होता . त्याच्या नाकामध्ये त्या अर्भकाच्या

रक्ताचा सुगंध दरवळत होता आणि त्या सुगंधानं तो आपलं भान हरपला होता .

" अरे हट . . . ! " ती बाई पुन्हा ओरडली आणि फट . . . असा आवाज झाला . फटाकडी फुटावा असा . मरुक तळमळत होता . त्या गरोदर बाईनं तिथली जळती मेणबत्ती मरुकच्या कानात कोंबली होती आणि मरुक कान धरून विव्हळत होता . त्याचा कान भाजला होता .

" दूर हो . माझ्या अंगाला हात लावायचा नाही . " ती बाई त्वेषाने म्हणाली . ती आता त्या पलंगावर उठून बसली होती आणि दुसरी मेणबत्ती घेऊन ती मरुककडे उगारत होती .

मरुकला असं काही विचित्र घडेल याची कल्पना नव्हती . त्याला फारच राग आला. पाच एक सेकंदातच तो विजेच्या गतीने उठला आणि त्या बाईचा पाय धरून जोरात ओढला . त्याने शिवी हासडली .

एक किंकाळी ऐकू आली . तिचं डोकं पलंगाच्या काठावर दाणकन् आदळलं आणि तिच्या डोक्यातून रक्ताची चिळकांडी बाहेर पडली .

मरुकने फरफटत तिला झोपडीबाहेर घेऊन आला . एका हाताने तो आपला कान चोळत होता .

रागाच्या भरात त्याने तिला राकसच्या समोर आणून जोरात आदळली. वाळूत पडल्यामुळे तिला फार लागले नाही . पण ती विव्हळत होती . कारण तिच्या डोक्याच्या मागच्या भागाला जबर मार लागला होता .

' थांब मरुक . . . " मरूक त्या बाईचं पोट फाडण्याच्या तयारीत होता . तेवढ्यात राकस राजाने त्याला थांबवले . " बाजूला हो . "

" पण सरकार . . . " मरुक त्या बाईच्या पोटावर बसला होता आणि तो दात विचकून म्हणाला .

" तू नाही . . . बाजूला हो . " राकस राजा बोलला . " हूँ . " मरुक नाराजीने त्या बाईपासून दूर झाला . " मुन " राकस राजाने कोणाला तरी प्रेमाने हाक मारली .

" हो सरकार " त्याच्या मागे उभी असलेली एक कोणती तरी व्यक्ती बोलली . तो स्त्रीचा आवाज होता .

आणि ती स्त्री घोड्यावरून उतरून त्या गरोदर बाईजवळ आली . तिनं आपल्या तोंडावरचं कापड सोडलं आणि आपले रेशमी केसपण सोडून दिले . ती एक सुंदर अशी स्त्री होती . धारदार नाक , निळेशार डोळे , गोरी चामडी , सुळे दात , उंच सडपातळ अशी ती स्त्री राकस राजाची अर्धांगिनी होती . ती राकस साम्राज्याची महाराणी होती . तिचं नाव होतं मुन . चंद्राच्या प्रकाशाप्रमाणे सुंदर अशी चकोर चांदणी .

ती महाराणी त्या गरोदर बाईच्या पोटावर बसली . ती बाई केव्हाच बेशुध्द झाली होती .

तिथला सोनेरी प्रकाश त्या गरोदर बाईच्या घामेजलेल्या चेहऱ्यावर पडला होता . तिचा चेहरा सोनेरी छटांनी उजळून गेला होता .

झाडे अजून धगधगत होती . त्या झाडाची राख आजूबाजूला पडत होती . काळी धुसर हवा या वातावरणात भरून वाहत होती .

खर . . . . खर . . . . असा आवाज ऐकू येऊ लागला . मुनने आपलं रौद्र रूप धारण केले होते . तिची नखे आता वाढली होती . धारदार अशी नखे , तिचे डोळे लाल झाले होते . रक्तासारखे तिचे दात , सुळे आणि मोठे झाले होते . ओठ फाडून दात बाहेर आले होते .

ती आपल्या नखांनी त्या गरोदर बाईचं पोट कुरतडत होती . कुरतडत कुठली , फाडत होती. त्या बाईच्या पोटाचं मांस आणि रक्त मुनच्या तोंडावर उडत होतं .

ती गरोदर बाई आता विव्हळत होती. टाचा घासत होती . जीवाच्या आकांताने किंकाळत होती . तरीपण ती चेटकीण तिचं पोट फाडत चालली होती . आपल्या नखांनी ती तिचं पोट ओरबाडत चालली होती आणि हे चालू असताना तिच्या तोंडातून हुस ऽऽ असा आवाज येत होता . एखाद्या नागिणीप्रमाणे .

थोड्या वेळात तिनं तिचं पोट फाडणं थांबवलं . कारण तिला तिच्या पोटामध्ये अर्भक दिसल . रक्ताळलेलं अर्भक . त्याच्या बेंबीतून नाडी गेली होती आणि ते अर्भक हलत होतं . ते जिवंत होतं . त्याचं छोटंसं हृदय धडधडत होत . किंचितसा धकधकणारा आवाज येत होता .

त्याच्या पातळ चामडीतून त्याचं हृदय स्पष्ट दिसत होतं .

ते अर्भक तिने ओरबाडून बाहेर काढलं . त्याची नाडी नखानं तोडली . तिनं ते अर्भक उभे धरलं आणि आपल्या नखांनी तिनं त्याचं हृदय बाहेर काढलं . रक्ताळलेलं लालभडक छोटंसं हृदय धडधडणारं . बिलबिलित असे ते हृदय अजून त्या अर्भकाला लोंबकळत होते .

" मरूक . . . " हात उंचावून महाराणी म्हणाली , जो हात रक्ताने भिजला होता . तिच्या बोटातून रक्त टिपकत होतं .

' जी महाराणी साहेबा . . . " प्रश्नार्थी नजरेने मरुक म्हणाला आणि तो तिथेच स्तब्ध उभा होता .

" अरे कटोरा . . . . " महाराणी रागाने म्हणाली . तिने आपली नजर त्या अर्भकावरून हटवली नव्हती . " लवकर आण "

" हे घ्या महाराणी साहेबा " मरुकने पळत जाऊन कटोरा आणला होता . तो कटोरा हाडाचा होता. पांढरा शुभ्र असा . मानवी कवटीपासून बनवलेला .

" हूं . . . . आण लवकर " असं म्हणून तिने तो कटोरा हिसकावून घेतला आणि त्या कटोऱ्यामध्ये त्या अर्भकाचं काळीज टाकलं आणि त्या अर्भकाचं नरडं फाडून त्या कटोऱ्यामध्ये ते अर्भक उलटं केलं .

त्या अर्भकाच्या रक्तानं तो कटोरा भरून गेला आणि तो कटोरा भरलेला आहे . हे दिसल्यावर तिने ते अर्भक त्या गरोदर बाईच्या पोटात फेकून दिलं . पाण्यात दगड पडावा तसा किंचितसा आवाज आला.

" सरकार " तिने तो कटोरा राजाच्या समोर धरला होता . ती सुंदर दिसत होती. तिचं रौद्र रूप नाहीसं झालं होतं .

राकस राजा घोड्यावरून खाली उतरला आणि त्याने कटोऱ्यासकट मुनचा हात पकडला . ताबडतोब त्याने तो कटोरा मुनच्या ओठाला लावला.

मुन थोडीशी लाजली आणि किंचितशी बाजूला सरली . तिने कटोऱ्यावरून आपले हात सोडविले . " घ्या राणी साहेबा " राकस प्रेमाने म्हणाला आणि त्याने पुन्हा तो कटोरा मुनच्या तोंडाला लावला .

राकस राजा कटोरा सोडून मुनच्या गालावर आलेले सोनेरी केस बाजूला सारत होता . आणि मुन तो कटोरा पकडून रक्त पिण्यात दंग होती. तिने आपले डोळे झाकले होते .

तिच्या ओठावरून ते रक्त खाली टिपकत होत . राकस राजाने ते पाहिलं आणि तिचे केस कुरवाळायचे सोडून आपल्या बोटांनी तो तिच्या ओठांना लागलेलं रक्त पुसू लागला . एका हाताने तिची हनुवटी धरून त्याने तिला आपल्या जवळ ओढले आणि आपले ओठ त्याने तिच्या ओठावर टेकवले .

तो तिचं चुंबन घेऊ लागला होता . मुनच्या हातातून कटोरा खाली पडला आणि तो कटोरा गडगडत जाऊन त्या गरोदर बाईच्या जवळ थांबला . ती बाई निपचित पडली होती . तिने केव्हाच मृत्यूला कवटाळलं होतं .

इकडे मरुक त्या गरोदर बाईच्या पोटामध्ये तोंड खुपसून त्या अर्भकाचं मांस खाण्यात दंग होता . तो बड्या मजेत मांस खात होता . मचाकss . . . मचाकss . . . असा आवाज येत होता .

काकणारी झाडे आता पेटणारी झाडे झाली होती . काही क्षणातच सगळे चित्र पालटले होते .

৩৩

3

अमरोसीया साम्राज्य

अमरोसीयाचा राजदरबार

जळणाऱ्या काबूर वसाहतीपासून हजारो मैल दूर असलेल्या पांढऱ्या शुभ्र पर्वतरांगेत वसलेल्या अमरोसीया राज्याच्या राज दरबारामध्ये एक गुप्तहेर आला होता .

तो कोणती तरी वाईट बातमी घेऊन आला होता . त्याच्या साम्राज्यावर अनामिक असं संकट चालून येत होतं . भयानक असं संकट आणि हीच भयानक अशी बातमी तो गुप्तहेर घेऊन आला होता .

'' काय खबर आहे ? '' घोड्याच्या नालीसारखं टेबल असलेल्या एका खुर्चीवर बसलेल्या इसमानं आपल्या तोंडातून शब्द बाहेर फेकले . तो दिसायला , पचक्या नाकाचा डोक्यावर टक्कल असलेला , मान नसून मांसांचा गोळा असलेला असा होता .

" एक वाईट बातमी आहे , महोदय . '' राजदरबारात मधोमध उभा असलेला एक ठेंगणा माणूस बोलला . तो गुप्तहेर होता .

त्या राजदरबारामध्ये पसरलेला सोनेरी प्रकाश त्या ठेंगण्या माणसाच्या चेहऱ्यावर पडला होता .

" कसली रे बातमी ? " भुवया उंचावून टकला माणूस म्हणाला . वाईट असं या जगामध्ये काही नसतं असा आविर्भाव त्याचा होता .

" शैतान '' गुप्तहेर कुजबुजत्या आवाजात म्हणाला " शैतान आलाय महोदय , आपली मोठी फौज घेऊन तो याच दिशेला येत आहे अशी खबर

आहे . ''

" शैतान . . . " टकल्या माणसाच्या टकल्यावर प्रश्नचिन्ह उठलं .

'' हो महोदय . त्या शैतानानं सर्व वसाहतीचा नाश केलाय . हाडांचा खच लागलाय , कधी न जळणारी झाडे बेचिराख करून टाकलीत . '' गुप्तहेर भयभीत होऊन बोलत होता .

" अरे कोण हा शैतान ? त्याचं नाव काय ? तो कुठून आलाय ? '' तो टकला माणूस त्रासून बोलला आणि बोलताना त्याच्या तोंडातून थुकीचे फवारे उडले . '' महोदय असे ऐकण्यात आलंय की , त्या शैतानाचं नाव राकस आहे आणि तो दूर असलेल्या ज्वालामुखीच्या प्रदेशातून आलाय . "

कोण ? कुठून आलाय ? तिथे उपस्थित असलेलं सर्व मंत्रिमंडळ आपापसात कुजबुजत होते . आपण जे ऐकतोय ते कदाचित खर नसेल . त्यांचा आपल्या कानावर विश्वास बसत नव्हता . कारण राकस हे दंतकथेतलं एक पात्र होतं .

'' काय ? कोण म्हणालास ? " जोरात कोणीतरी ओरडलं . तो एका महिलेचा आवाज होता . ती महिला या साम्राज्याची महाराणी होती . निळेशार डोळे, लांब नाक , कुरळे केस , केशरी रंगाचे , ती दिसायला खूपच सुंदर अशी होती .

" राकस . मृत्यूच्या साम्राज्याचा राजा , महाराणीसाहेबा '' तो गुप्तहेर नतमस्तक होऊन बोलला . " तो आलाय महाराणीसाहेबा . त्याने नुकतीच काबूर लोकांची वसाहत बेचिराख करून टाकलेली आहे . '' " तुम्ही काय बोलताय हे कळतंय का तुम्हाला ? '' कोणीतरी त्या गुप्तहेराला बोललं . '' अरे राकस मरून युगे लोटली , मला वाटतं तो दुसरा कोणीतरी असेल . ''

' हो , महाशय . तुमचे बरोबर आहे . तो राकस राजा नसेलही . " दुसऱ्या कोपऱ्यातलं कोणीतरी म्हणालं . " तुला खरंच वाटतंय तो राकसच आहे '' ? महाराणी आपल्या समोर उभ्या असलेल्या गुप्तहेराला म्हणाली .

" हो महाराणीसाहेबा . तो राकसच आहे . मी स्वतःच्या डोळ्याने त्याला पाहिलंय . " गुप्तहेर ठामपणे म्हणाला .

' राकस . . . . महाराणी मनातल्या मनात पुटपुटली . तिच्या तोंडून फक्त श्वास सोडल्याचा आवाज आला . तिने कधी राकसला पाहिले नव्हते . पण एक दंतकथा ती ऐकून होती ती अशी होती .

कोणे एके काळी हा राकस राजा मोठा फौजफाटा घेऊन अमरोसीयावरती आक्रमण करण्यासाठी आला होता . तो आला होता मोठ्या युध्दासाठी , पण महाराणीच्या पूर्वजांनी त्याच्याशी युध्द करून त्याचं मुंडकं उडवलं होतं आणि दूरच्या वाळूच्या प्रदेशात फेकून दिलं होतं .

पण या गोष्टीवर लोकांचा विश्वास नव्हता . ही एक कल्पना होती .

काही लोक म्हणतात की , तो राकस नव्हता . कारण राकस इथे कधी आलाच नव्हता . तो दुसराच कोणीतरी होता, जो बहुरूपी होता .

पण या कथेतलं खरं किती आणि खोटं किती हे देवालाच माहिती .

ती दंतकथा असेलही . तो राकस राजा त्या काळी कदाचित आला नसेलही . पण आता तो खरोखरच आला होता आणि ही बातमी या अमरोसीया साम्राज्यासाठी वाईट होती . फारच वाईट .

" तो आता कुठेपर्यंत पोहोचलाय ? " तिथली शांतता चिरत टकला माणूस म्हणाला .

" काबूर लोकांची वसाहत नुकतीच सोडलीय त्याने , महोदय ." गुप्तहेर म्हणाला.

बरं . . . हयु . . . काबूर . . . वाळू . . . समुद्र . . . आणि नदी . . . अमरोसीया . . . म्हणजे आपल्या हाती अजून दोन - चार महिने तरी आहेत , टकला माणूस हाताची बोट मोजत होता . तो कसला तरी अंदाज बांधत होता .

" चार महिने ? नाही , मला वाटतं , महोदय दोन महिने लागतील . माझ्या अंदाजाने तो दोन महिन्यांमध्ये इथेपर्यंत येईल आणि दोन महिने आपल्यासाठी कमी आहेत. आपल्याला लवकर युध्दाची तयारी केली पाहिजे . " मंत्रिमंडळामधला एक वयस्क माणूस बोलला . त्याची दाढी पिकलेली होती . आणि दाढीप्रमाणे तोही पिकला होता पिकल्या पानासारखा .

" हूँ . . . महाशय तयारी तर करावीच लागेल . पण त्या अगोदर तो इथे कशासाठी आलाय, हे प्रथम शोधलं पाहिजे." राणी विचारमग्न झाली .

" धर्माचा विनाश करण्यासाठी . '

" राणीसाहेबा , मी असं ऐकलंय की , त्या राकस राजाला पृथ्वीवर अस्तित्वात असणारी सर्व मानवजात नष्ट करायची आहे आणि जवळ जवळ हे कार्य तो पूर्ण करत आलाय . रक्ताचा खेळ मांडलाय त्याने . ''

' धर्माचा विनाश म्हणजे स्वतःचा विनाश . "

" हे कुठेतरी थांबायला पाहिजे . ' तो वयस्क माणूस म्हणाला " त्याला आपल्या राज्याच्या बाहेरूनच पिटाळून लावलं पाहिजे ' त्या सैतानाला इथंवर येऊच द्यायचं नाही .

" मी तर म्हणतो त्याला जिवंतच जाऊ देऊ नका . '' कोणीतरी म्हणालं , " त्याचं नरडं उडवून टाकायला हवं . "

' मी तर म्हणतो की , आपले सगळे सैन्य घेऊन त्याच्यावर आक्रमण करूया . '' टकला इसम बोलला .

" हो आपण आक्रमण करूया . '' महाराणी म्हणाली . " चला आपल्याला लढाईची तयारी केली पाहिजे . "

' थांबा , महाराणी साहेबा . '' कोणीतरी बोललं . त्याचा आवाज भरदार होता . तो लांब नाक असलेला . उंचपुरा पिळदार शरीराचा एक तरुण होता . त्याचे लांब काळेभोर केस त्याच्या डोळ्यावर येत होते .

" कोण ? सरसेनापती तुम्ही ? आणि तुम्ही आम्हाला थांबायला का सांगताय ? '' टकला म्हणाला .

' महोदय , माफ करा , मी मध्येच बोलतोय . पण आपण त्या राकस राजाबरोबर युध्द केलं तर आपण नक्कीच मरू . '' सरसेनापती म्हणाला .

" कसं ? "

" हे पाहा , त्याच्याकडे आपल्यापेक्षा चार पटीने फौज आहे आणि एकजात सगळे रक्त पिपासू आहेत. त्यांना थांबवणं किंवा मारणं वाटतं तितकं सोपं नाही . आपण फुकटचं मरून जाऊ . " सरसेनापती बोलला .

" अरे आपण त्याला थांबवलं नाही तर तो सैतान आपला खेमा करेल . तुला समजत कसं नाही . " टकला इसम बोलला .

' महाराणीसाहेबा , मला एक संधी द्या . माझ्या जवळ एक योजना आहे . " सरसेनापती नतमस्तक होऊन म्हणाला .

" कोणती ? " महाराणी म्हणाली .

" महाराणीसाहेबा , आपलं सैन्य त्याच्या सैन्यापेक्षा फारच कमी आहे. पण आपण जर योजनाबध्द काम केलं तर आपण जिंकू शकतो . " सरसेनापती म्हणाला .

" तुझी योजना काय आहे ? " राणीसाहेबा बोलली .

' हुं . . . हे पाहा आपण अमसोरीया राज्याच्या तिन्ही बाजूला मोठी भिंत बांधायची . अमरोसीया नदीपासून ते पांढऱ्या पर्वत रांगेपर्यंत . आणि हे भिंत बांधायचं काम अवघ्या एका महिन्यात पूर्ण होईल. आणि त्यानंतर . . . "

" काय ? भिंत बांधायची ? अरे तुझं डोकंबिकं फिरलंय की काय ? " टकला इसम म्हणाला . तो ओरडून मध्येच बोलला . " अरे आपण युध्दाची तयारी केली पाहिजे आणि त्याला पिटाळून लावल पाहिजे . "

" महाशय , आपण युध्द तर करायचं , पण डोक्याने . " सरसेनापती म्हणाला . " डोक्याने ? "

" हो . आपण असं केलं तरच वाचणार आहोत . " सरसेनापती म्हणाला . " आधी आपण माझी योजना ऐकून तर घ्या . "

" पण मला हे काही बरोबर वाटत नाही . " टकला इसम म्हणाला. ती भिंत बांधून काही एक उपयोग होणार नाही . मी तुम्हाला परत परत सांगतोय की , आपण सरळ सरळ युध्द केलं पाहिजे . त्याच्या सैनिकांचा खात्मा करू . "

" महाशय , माफी असावी . पण युध्द करून काहीही उपयोग होणार नाही . " वयस्क इसम म्हणाला . " मला वाटतं , सरसेनापती बरोबर बोलतायत . "

" पण महोदय . . . " टकला माणून हट्टीपणाने बोलला . ' आपण या लहान मुलांचं का ऐकतोय ? " असं बोलून तो टकला माणूस आपल्या जागेवरून उठू लागला .

" थांबा महाशय . '' महाराणी म्हणाली आणि तिने हात वर करून टकल्या इसमास बसण्यास आदेश दिला . ' त्याची काय योजना आहे ती आधी ऐकून तर घेऊ या . सरसेनापती , तुम्ही का थांबला ? "

' हू . . . ' असं म्हणून सरसेनापतीने एक मोठा कागद राणीसमोर पसरला . तो नकाशा होता . '' हे पाहा . आपण तिन्ही बाजूला एक उंच भिंत बांधायची . ''

" तिन्ही बाजूला ? '' कोणीतरी मध्येच बोलल . ' मला वाटतं चार बाजूला बांधायला पाहिजे . '' तो नकाशाकडे पाहात बोलत होता .

' तुमचा तर्क बरोबर आहे . महोदय, पण तुम्ही विसरताय की , आपल्या राज्याची एक बाजू डोंगरदऱ्यांनी वेढलेली आहे आणि त्या डोंगरदऱ्यांमध्ये अदृश्य दैत्याची वसाहत आहे. आणि त्या वसाहतीमध्ये चुकूनसुध्दा कोण पाऊल टाकणार नाही . आणि जर कोणी पाऊल टाकला तर त्या डोंगरदऱ्या पार करून अमरोसीया राज्यात येणं अशक्य आहे .

" बरोबर तुझं '' महाराणी आनंदून म्हणाली . ' पुढे बोल . "

तो सरसेनापती आपली योजना सांगत होता आणि राज दरबारामधलं सर्व मंत्रिमंडळ ऐकत होते. सर्वांचे चेहरे फुलले होते . सर्वांना त्यांची योजना आवडली होती . पण . . . .

त्या टकल्या इसमाला त्याची योजना सफल होईल का नाही यात मात्र शंका वाटत होती .

4
वादळाचं थैमान

नावं नसलेली वसाहत

" सरकार , अजून किती चालायचं ? हा वाळूचा समुद्र तर संपायचं नावच घेईना . " मरुक दात विचकून बोलला .

आणि तो बरोबर बोलत होता . कारण त्याच्या आजूबाजूला वाळूच दिसत होती. हिरवळीचा पत्ताच नव्हता .

सूर्य अजून प्रकाश ओकत होता . घोडी चालून चालून दमली होती आणि पिशाच्च पण दमली होती . ती आता अशक्त वाटत होती . त्यामधील काही पिशाच्च घोड्यावर बसूनच पेंगत होती आणि घोडे हळूहळू पाय घासत चालत होते . त्यांना पाण्याची नितांत गरज होती आणि भरीत भर त्यांच्याकडचं रक्त पण संपत आलं होतं आणि पाणी नसल्यात जमा होतं .

" धीर धर , लेकाच्या . हे काय आलंच बघ , जवळच आहे . " नकाशाकडे पाहातच राकस म्हणाला .

" जवळच आहे ? " प्रश्नार्थी नजरेने मरुक म्हणाला . " हो , पण सरकार , बरेच दिवस झाले आपण चालतोय . आपल्याकडचं रक्त संपत आलंय ? "

" मग ? "

" सरकार , मी म्हणालो . आपल्याजवळचं रक्त संपत आलंय . जर आपल्याला रक्त मिळालं नाही तर भूकमारीनं आपले लोक मरून

जातील आणि पाणी पण कुठे दिसत नाही . बरेच दिवस झालं , वसाहत सोडा , माणूस पण दिसलेला नाही . " मरुक जीभ बाहेर काढून चळवळू लागला . त्याच्या घशाला कोरड पडली होती . त्याला ताजं रक्त प्यायचं होतं .

" सरकार . . . . ' कोणीतरी ओरडलं आणि तो माणूस दूर वाळूकडे इशारा करत होता . दूर वाळूमध्ये काहीतरी हलल्यासारखं दिसत होतं . एक काळी आकृती त्या वाळूतून पुढे सरकत त्याच्याकडे येत होती .

उन्हातून कोणीतरी चालत होतं . तो मनुष्य होता आणि त्याच्या हातामध्ये काठी होती . काही क्षणातच तो इसम त्याच्यासमोर आला .

तो घामाने थबथबलेला एक म्हातारा माणूस होता . तो स्मशानात जायचं सोडून इकडे काय करतोय , असं त्याच्याकडे पाहिल्यानंतर वाटत होतं . कारण तो दिसायला फारच म्हातारा होता , हाडांचा सांगाडा घेऊन आल्यासारखा दिसत होता . त्याचा फक्त सांगाडाच राहिला होता . आणि भरीत भर त्याने आपल्या हाडाच्या सांगाड्यासारख्या शरीरावर जाड असं घोंगड्यासारखं मखमली कापड ओढून घेतलं होतं आणि ते दिसायला घोंगड्यासारखंच होतं . त्याचं वजन वाटत होतं . कारण तो म्हातारा माणूस कसंबसं ते घोंगडं आपल्या अंगावर ठेवून ओढत चालला होता आणि त्या घोंगड्याचा किनार एखाद्या सापाप्रमाणे त्या वाळूमध्ये सरपटत होतं . त्या वाळूमध्ये त्याची आकृती निर्माण होत होती .

तो कुबड असलेला म्हातारा दिसायला फारच कुरूप होता , विद्रुप असा . त्याच्या तोंडावर गाठी होत्या , लालभडक अशा मुरुम उठल्याप्रमाणे . त्याचं पूर्ण अंग सुरकुत्यांनी भरलं होतं . ते त्याने घोंगड्यानं झाकून घेतलं होतं .

मरुक आश्चर्याने त्या म्हाताऱ्याकडे पाहात होता आणि तो आता खुश पण वाटत होता . कारण बऱ्याच दिवसांनी त्यांना एक मानव दिसला होता आणि मरुकला त्या इसमाचं रक्त प्यायचं होतं आणि ताजं ताजं रक्त प्यायला मिळतंय म्हटल्यावर तो आनंदी झाला होता . तो फारच भुकेलेला होता .

" सरकार , या म्हाताऱ्यामध्ये तर रक्त नाही आहे असं दिसतंय . " मरुक घोड्यावरून खाली उतरला होता आणि म्हाताऱ्याच्या शरीराचा

वास घेत होता . त्याला त्याच्या अंगातून रक्ताचा कसलाच वास येत नव्हता . घामाचा वास फक्त थोडासा जाणवत होता . मरुक नाराज नजरेने त्या म्हाताऱ्याकडे पाहात होता .

" कोण बाबांनो तुम्ही , इकडं कशाला आलायसा ? " म्हातारा माणूस म्हणाला . त्याचा आवाज घोगरा होता इतका की , नरड्यात बेडूक अडकल्यासारखा .

" आम्ही राकस साम्राज्यातून आलोय ' मरुक त्या म्हाताऱ्याच्या अवतीभोवती फिरून बोलला .

' असं . . . . बरं ! मग , ते राकस साम्राज्य आहे तरी कुठे? '' म्हातारा म्हणाला .

" आम्ही . . . . '' मरुक म्हणाला , " खूप दूरवरून आलोय . आमचं साम्राज्य फारच लांब आहे . ''

" लांब ? "

" हो लांब . '' मरुक बोलला . " ते जाऊ दे . म्हातारबाबा , तुम्ही कुठून आलाय ? आणि कुठे निघालाय ? ''

'' अरे बारक्या " तो म्हातारा माणूस डोळे किलकिले करून मरुकला म्हणाला , '' कुठून आलोय म्हणजे ? मी इथेच राहतो . "

" काय ? इथेच राहतो म्हणजे , ह्या वाळूत ? " मरुक प्रश्नार्थी नजरेने म्हणाला .

" हो , वाळूतच . कारण ही वाळू माझं घर आहे . '' म्हातारा बाबा म्हणाला .

' घर आहे ? मला तर इथे एकही घर दिसत नाही . सगळीकडे तर वाळूच वाळू आहे . '' मरुक म्हणाला .

" अरे पोरा , मी म्हणालो ना , की ही वाळूच माझं घर आहे . '' म्हातारबाबा म्हणाला .

" वाळू आणि घर ! कसं ? '' मरुक चिडून म्हणाला. " जाऊ दे तेज्या आईला . हे म्हातारं सारखं वाळू वाळूच करतंया . ''

म्हातारबाबा राकसकडे पाहण्यात मग्न होता . तो शांत नजरेने राकसकडे पाहात होता आणि राकस राजा आपले डोळे मिटून कोणत्या तरी विचारामध्ये गुंग होता . कदाचित त्याला येणाऱ्या संकटाची चाहुल

लागली असावी .

" म्हातार बाबा , मला सांगा , हा वाळूचा समुद्र अजून कुठेपर्यंत पसरला आहे ? आम्हाला हिरवळ पाहायला मिळणार आहे की नाही ? '' मरुक म्हणाला .

" हिरवळ ? '' म्हातारबाबा प्रश्नार्थी नजरेने म्हणाला . तो असा आविर्भाव आणत होता की , हा शब्द त्याने पहिल्यांदाच ऐकलाय .

' हो हिरवळ , झाडे , झुडपे , नद्या , धबधबे . . . '' मरुक बोलला .

" ते काय असतं ? '' म्हातारबाबा दात विचकून म्हणाला .

" अहो , हिरवळ माहिती नाही तुम्हाला ? ''

" नाही पोरा , मी कधी हिरवळ पाहिली नाही . माझा जन्म इथेच झाला या वाळूत आणि कदाचित मृत्यूपण या वाळूच्या कुशीतच यावा , अशी इच्छा आहे . हवं तर शेवटची इच्छा समज." म्हातारबाबा हसतच म्हणाला .

" बरं . . . जशी तुमची इच्छा . '' मरुक उपहासाने बोलला . " म्हातारबाबा , या वाळूच्या पलीकडे काय आहे ? '' दूर उत्तरेला बोट दाखवत मरुक म्हणाला .

" अरे बारक्या , काय असणार ? वाळूच की . . . '' म्हातारबाबा ताबडतोब म्हणाला .

'' पुन्हा चालू झालं याचं वाळूपुराण . . . '' कोणीतरी म्हणालं .

" ते बंद कधी होतं ? '' मरुक हसतच म्हणाला . या वाळूचा तिटकारा आलाय मला . या जन्मी तरी संपणार आहे की नाही ही वाळू . . . . "

वाळू . . . वाळू . . . म्हटल्यावर म्हाताऱ्याच्या चेहऱ्यावर तेज आले . वाळू हा शब्द ऐकण्यासाठी त्याचे कान आसुसले होते . ' अरे बाळा , ही वाळू कधीच संपत नाही . ही संपूर्ण जगभर पसरलीया .

'' पण . . . कुठेतरी याचा अंत असेलच की . ''

" हा ! एक आहे . ''

" कोणता ? कुठे ? ''

"सूर्य जिथे मावळतो तिथे ही वाळू संपते."

"म्हणजे ही वाळू कधीच संपत नाही ? ''

" बरोबर आहे तुझं बारक्या . ही वाळू कधीच संपत नाही . भले तुम्ही आयुष्यभर चालत राहाल . पण ही तुमच्या पायाखालची वाळू संपणार नाही . "

कदाचित या म्हाताऱ्याचं डोकंबिकं फिरलंया असं या लोकांना वाटत होतं . " म्हातारबाबा , तुम्हाला वेड बिड लागलंय का ? काय ? " मरुक म्हणाला.

" बाबांनो , तुम्ही मला वेड्यात काढा , पण मी एक तुम्हाला सल्ला देतो . तुमच्या चांगल्यासाठी सल्ला . "

" तुम्ही शहाणे असाल तर माघारी जा . जिथून आलाय तिथे परत जा . कारण . . . " म्हातारबाबा भित भित म्हणाला .

" का ? "

" कारण या वाळूच्या शेवटी नरक येतं . ही वाळू शेवटी नरकाला जाऊन मिळते . " म्हातारबाबा डोळे मोठे करून म्हणाला .

म्हातारबाबाच्या या बोलण्यावर सर्व पिशाच खदाखदा हसू लागले. कारण या म्हाताऱ्याला माहिती नव्हतं की , जिथून ही पिशाचं आलेली आहेत ते ठिकाण एक प्रकारचे नरकच आहे .

" म्हातारबाबा , आम्ही माघारी जाण्यासाठी आलेलो नाही . आम्ही सर्व जगावरती सत्ता गाजविण्यासाठी आलेलो आहोत आणि तुम्ही कोण आम्हाला आदेश देणारे ? " मरुक रागाने म्हणाला .

" मी कोण तुम्हाला आदेश देणारा . माझी काहीच हरकत नाही , तुम्ही जावा बाबांनो , तुमच्या वाटेने आणि हा तुमचा प्रवास सुखाचा होवो . " म्हातारबाबा आपले दोन्ही हात जोडून म्हणाला .

" चला रे " मरुकने त्या म्हाताऱ्याकडे कटाक्ष टाकला आणि आपल्या घोड्यावर चढणार इतक्यात .

" थांबा " म्हातारबाबा खाकरत म्हणाला .

" आता आणि काय ? " मरुक चिडून बोलला .

" तुम्ही जाणार असाल तर थोडं पाणी देता का मला , माझ्या घशाला कोरड पडलीया . " म्हातारबाबा वाकून नमस्कार करत म्हणाला .

" पाणी ? "

" हो रे बाबांनो , पाणी . . . '' म्हातारबाबा खोकत होता आणि अधून मधून एक विचित्र बडका टाकत होता . हिरव्या रंगाचा जिळबाट असा .

" पाणी नाही आमच्याकडे '' मरुक त्या बडक्याकडे बघत म्हणाला . त्याला शिसारी मारत होती .

" पाणी नाही , अरेरे . . . " म्हातारबाबा नाराजीने म्हणाला .

" पण . . . ''

" पण काय ? "

" रक्त आहे आमच्याकडे , रक्त चालेल काय ? '' मरुकने प्रश्न केला . त्याला या म्हाताऱ्याचं नरडं उडवण्याची इच्छा होत होती . पण त्याला समजत नव्हतं की , हा त्याला रक्त का देतोय ?

थोडा वेळ शांततेत गेला . म्हातारबाबा विचारात मग्न होता आणि काही सेकंदाने तो बोलला . बोलायच्या अगोदर त्याने परत बडका टाकला .

" हो , दे पोरा , चालेल मला , रक्त . ''

" हे घे म्हाताऱ्या , पी एकदाचं . '' मरुक रक्ताची पिशवी समोर धरून बोलला . त्या म्हाताऱ्याने लगोलग ती पिशवी मरुकच्या हातामधून हिसकावून घेतली आणि लगोलगच तोंडाला लावली . ते एक रक्त पिताना त्या म्हाताऱ्याचं नरडं एका वेगळ्याच लयेत हलत होतं . घटाघट . . . . असा आवाज येत होता .

'' पोरांनो , मला आणखी थोडं रक्त मिळेल काय ? '' आपलं तोंड पुसतच म्हातारबाबा म्हणाला . तो जिभळ्या चाटतच होता . त्याने ती पिशवी रिकामी केली होती आणि त्याने ती रिकामी पिशवी दूर भिरकावून दिली .

'' काय ? आणखी ! " " रक्त पाहिजे ,

" आणखी '' म्हातारबाबा लहान मुलासारखं आविर्भाव आणत होता

.

" अरे , थेरड्या . आणखी किती रक्त पिणार ? '' मरुक रागाने म्हणाला आणि त्याचा पारा आता चांगलाच चढला होता . कारण त्याच्या जवळचं रक्त संपत आलं होतं आणि थेरडा आणखी रक्त मागतोय .

" कृपा करून , बाळा असं करू नको , मला आणखी थोडं रक्त दे , " म्हातारबाबा म्हणाला .

" अरे थेरड्या , तुला नाही म्हटलेले समजत नाही का ? " असं म्हणून मरुकने त्या म्हाताऱ्याच्या पाठीत जोरात लाथ घातली .

" आई . . . ग . . . " तो म्हातारा किंकाळला , विव्हळला आणि दूर जाऊन पडला आणि त्याचबरोबर त्या म्हाताऱ्याचं घोंगडं त्याच्या अंगातून निसटलं . ते वाऱ्याच्या झोत्याबरोबर फडफडत वरती उडालं . अचानक झालेल्या मारामुळे ते म्हातारं भेदरलं .

तो म्हातारा वेड्यागत ओरडायला लागला . ओरडायला कुठला , किंचाळायला लागला . तोंड वेडवाकडं करुन तो किंचाळत होता .

तो म्हातारा वेड्यागत ओरडत होता . त्याला आकडी आलीया असं त्याच्याकडे पाहिल्यानंतर वाटत होते आणि अचानकच त्या म्हाताऱ्याचं अंग फुगू लागले . त्याचे हातपाय हळूहळू फुगत होते , हवा भरल्याप्रमाणे . . . .

त्याचं कुबड गायब होत होतं . तो म्हातारा उंच उंच होत होता . त्याच्या शरीरामधून चामडं गायब होत होतं आणि आता ती त्वचा लालभडक अशी दिसत होती . त्याचे डोळे लालभडक झाले होते आणि त्याच्या डोळ्यामधल्या शिरा स्पष्ट जाणवत होत्या . तंतुमय अशा .

तो वाळूत पडलेला म्हातारा हळूहळू थरथरतच उठू लागला आणि हे सर्व विचित्र दृश्य ती सर्व पिशाच्च भेदरल्यागत पाहात होती . आणि त्यामध्ये मरुक पण मुन नजरेने पाहत होता . कारण त्या म्हाताऱ्याचं तोंड आता कोल्ह्यासारखं झालं होतं . त्याचे दात तर सुळे लालभडक असे झाले होते , ज्यामधून लाळ टपकत होती , त्याची नखे मोठी आणि धारदार अशी झाली होती . त्याच्या तोंडातून गुरगुर असा आवाज येत होता .

तो म्हातारा आता एखाद्या पिसाळलेल्या कुत्र्याप्रमाणे गुरगुरत होता . क्षणातच तो म्हातारा नरभेडीया झाला होता .

तो नरभेडीया आपली नजर सैरावैरा आजूबाजूला फिरवत होता आणि शेवटी त्याची नजर मरुकवर येऊन थांबली . त्याचे लाल तंतुमय डोळे मरुकवर खिळले होते .

' मरुक . . . बाजूला हो . . . " कोणीतरी जोरात ओरडलं .

तो आवाज राकसचा होता . त्याने आपले डोळे उघडले होते . मगाशी ज्या गोष्टीची भणक त्याला लागली होती , ती खरी होती . त्याला त्या म्हाताऱ्याच्या अंगामधून विचित्र असा रक्ताचा वास आला होता .

कोल्ह्याच्या रक्ताचा सुगंध येतो तसा सुगंध होता तो . खरं तर त्याला म्हाताऱ्यावर शंका आली होती आणि आता ती शंका खरी होती . कारण तो नरभेडीया मरुकवर झेप घेत होता .

खस् . . . . सफाक् . . . आ . . . ह . . . सरकारच्या आवाजामुळे मरुक सावध झाला आणि त्याने आपली तलवार उपसून समोरून येणाऱ्या त्या नरभेडीयावर उगारली . क्षणातच त्या नरभेडीयाचे दोन्ही हात तुटून पडले होते . तो नरभेडीया जोरात गुरगुरत होता आणि अधूनमधून कुई ऽऽ कुई ऽऽ करत होता . तो हात तुटलेल्या अवस्थेतच इकडून तिकडे आरडाओरडा करत धावत होता . त्याच्या तुटलेल्या हातामधून हिरव्या रंगासारखा जिळबट असं काहीतरी बाहेर पडत होतं .

" अरे म्हाताऱ्या , आणखी हवं आहे का ? रक्त . . . हे . . . घे . " मरुक म्हणाला आणि तो पोट धरून हसत होता . हसत हसतच तो आपली तलवार वाळूमध्ये आपटत होता . त्याचं त्या म्हाताऱ्याकडे लक्ष नव्हते .

" मरुक . . . जपून . . . " सफ्ऽऽ . . . पुन्हा काहीतरी तुटल्यासारखा आवाज झाला . कोणीतरी जोरात तलवार फिरवली होती .

मरुकचं हसणं बघून तो नरभेडीया झालेला म्हातारा त्याच्याकडे धावत येत होता आणि तो आपला जबडा उघडून मरुकवर हल्ला करणार इतक्यात . . . राकस राजाने आपली तलवार म्यानातून उपसून घोड्यावरून उडी मारली होती आणि क्षणातच त्या म्हाताऱ्याचं मुंडकं उडवलं होतं . पापणी न लवताच सगळं घडलं होतं .

" मला का मारलं पोरांनो ? मी तुमचं काय बिघडवलं होतं ? " तो म्हातारबाबा बोलला . म्हणजे त्या म्हाताऱ्याचं शिर बोललं जे जुन्या रूपात आलं होतं .

तो म्हातारा आता नरभेडीया राहिला नव्हता . त्याचं शिर थरथरत बोलत होतं आणि विचित्र अशी बडबड करत ते शिर वाळूत घुसले . काही क्षणातच ते शिर दिसेनासे झाले . ते वाळूच्या समुद्रामध्ये गुडूप

झालं आणि ज्याप्रमाणे त्याचं शिर गुडूप झालं होतं तसं त्याचं धड पण वाळूच्या आतमध्ये गायब झालं.

जसं ते धड वाळूत घुसले, तसं हळूहळू तिथे हलकीशी वाळू उडायला लागली, वादळ येण्याची चिन्हे दिसू लागली होती. कारण वाऱ्याचा झोत वाढला होता, छोटी छोटी वाळूची वादळे निर्माण होत होती आणि बघता क्षणी तिथे वाळूचं मोठं वादळ निर्माण झालं होतं.

ते वादळ चालू असतानाच त्या वाळूतून काहीतरी बाहेर येत होतं. नखे असलेले हात वाळूतून बाहेर पडत होते आणि त्या हातानंतर कुणाची तरी मुंडकी वरती येत होती. त्या मुंडक्याबरोबर जबडा आणि सुळे दात असलेले विचित्र मानवाची जात वरती येत होती.

ती तर नरभेडीयाची जमात होती. वाळूखाली त्यांची वसाहत राहात होती, नावं नसलेली जमात होती ती.

" मुन . . . मरुक . . . कुठे आहात तुम्ही ? '' सरकार जोरजोरात हाका मारत होता. वादळामुळे त्याला समोरचं काहीच दिसत नव्हतं, त्याच्या डोळ्यात वाळू जात होती.

" राकसच्या कानावर पिशाच्चाचे आवाज ऐकू येत होते. त्याची घोडी खिंकाळत होती, कोणीतरी ओरडत होतं, काहीतरी तुटलेला आवाज येत होता आणि त्याबरोबर रक्ताच्या चिळकांड्याचा पण आवाज येत होता.

पिशाच्चाच्या काफिल्यावर नरभेडीयांनी हल्ला केला होता ते नरभेडीया आपल्या नखांनी आणि दातांनी पिशाच्चांना तोडत होते आणि वादळ असल्यामुळे पिशाच्चांना समोरचं काहीच दिसत नव्हतं ते वादळावर रिकामी तलवार फिरवत होते.

पिशाच्च भेदरलेल्या आवाजात ओरडत होते. कारण ते नरभेडीया त्या सैनिकांचे नरड्याचे घोट घेत होते. आपल्या नखांनी नरडं चिरत होते आणि हे भयानक असं समोरचं दृश्य राकस राजाला अंधुकसं दिसत होतं.

" मरुक कुठे आहेस ? " राकस राजा जोरात ओरडला. त्याच्या तोंडात वाळू घुसत होती. ' मरुक ! '' तो पुन्हा ओरडला.

"जी सरकार . मी इथे आहे, " मरुक ओरडला.

' मरुक , ऐक . . . "

" जी सरकार , ऐकतोय . "

" स्वस्तिक चक्र " . . . . सरकार आपल्या डाव्या बाजूला तोंड करून म्हणाला . कारण त्या बाजूनेच त्याला मरुकचा आवाज ऐकू आला होता .

" काय ? मला ऐकू येत नाही सरकार " मरुक तोबरा भरल्यासारखं बोलत होता . त्याच्या तोंडात वाळू गेली होती . या वादळामुळे त्याचा जीव हैराण झाला होता .

" अरे वेड्या , स्वस्तिक चक्र " सरकार बेंबीच्या देठापासून ओरडला .

" हा , सरकार समजलं . " वाळूने भरलेला तोंडातला तोबरा थुकतच मरुक बोलला .

" हू . . . . नशीब . . . " सरकार आपल्या कपाळावर हात मारून म्हणाला .

" स्वस्तिक चक्र ' ' , " आणीबाणी . . . स्वस्तिक चक्र . . . " मरुक जोरजोरात ओरडत पळत होता .

तो आपल्या सैनिकांना कसला तरी संदेश देत होता . " चला तयारी करा . . . . " असं म्हणून मरुकने आपल्या गळ्याला अडकवलेली छोटीशी शिटी बाहेर काढली आणि तो वाजवू लागला, त्या शिटीमधून कर्कश असा आवाज बाहेर पडू लागला. तो कर्कश आवाज ऐकून सर्व पिशाच्च आपापल्या घोड्यावरून उतरून एका जागी स्थिर उभी राहिली . मरुक आता विचित्र अशा भाषेत जोरजोरात बरळत होता आणि त्याचं हे बरळणं ऐकून ते पिशाच्च पण त्या विचित्र सांकेतिक भाषेत बरळत होते आणि ते पिशाच्च डोळे झाकून आपापल्या मधलं अंतर सोडून उभे राहिले होते आणि ते सांकेतिक भाषेत ओरडत होते .

ती सर्व आजूबाजूच्या आवाजाचा अंदाज लावून आपल्यामध्ये अंतर ठेवून ओळीने उभे राहात होते. त्याची कसली तरी योजना चालली होती . ती सर्वजण स्वस्तिक चक्र निर्माण करत होती .

स्वस्तिक चक्र ही एक युध्दाची अनामिक अशी पध्दत होती . ती राकस राजाने शोधून काढली होती . जर अंधाऱ्या रात्री युध्द करायची वेळ आली तर या पध्दतीचा वापर करू शकतो . समोरचं काहीच दिसत

नसलं तरी पण ही पध्दत वापरून शत्रूचा फडशा पाडू शकतो अशी ही पध्दत होती .

एक एक करून सर्व पिशाच्च आपापल्या जागेवर उभारले . त्यांना कुठे उभारायचे आहे हे आधीच माहिती होतं आणि त्यामुळे त्या पिशाच्चांची एक चक्राकृती ओळ तयार झाली होती .

वरून आकाशातून पाहिलं तर त्या वाळूच्या वादळामधून सूध्दा ते स्वस्तिक चक्र स्पष्ट दिसत होतं जे पिशाच्चांनी बनवलेलं होतं . ते पिशाच्च एका जागेवर स्थिर उभे होतं. ते कोणतीही हालचाल करत नव्हते. त्या स्तब्ध असलेल्या पिशाच्चावर ते नरभेडीया आक्रमण करत होते . पण जीवाची पर्वा न करता ते आपली जागा सोडत नव्हते.

' मरुक . . . चालू कर . . . " राकस राजा म्हणाला . त्याने आपले दोन्ही हात आकाशाकडे पसरले होते .

'' हो . . . सरकार . . . '' असं म्हणून मरुक पुढे बोलू लागला . चालू . . . स्वस्तिक चक्र . . . . एक . . . दोन . . . तीन . . . मरुक बोलत बोलत पाय आपटत होता, गिरकी घेत होता .

चालू . . . स्वस्तिक चक्र . . . तिथले सर्व पिशाच्च जोरजोरात ओरडत आणि ते मरुकचे अनुकरण करत होते . ते सर्वजण पाय आपटत गिरकी घेत एक . . . दोन . . . तीन . . . चा जयघोष करू लागले , चित्र विचित्र हावभाव करत होते .

सफ् . . . सफ् . . . . असा आवाज येऊ लागला . विजेच्या वेगाने ते पिशाच्च हलत होते . चिरफाड होत होती . काहीतरी तुटल्याचा आवाज येत होता आणि तलवारीच्या पात्याचा आवाज त्यामध्ये मिसळत होता. ते स्वस्तिक चक्र एखाद्या पंख्याप्रमाणे गरागरा फिरत होते . त्या पिशाच्चांच्या हातामध्ये तलवारी होत्या. त्या तलवारीला दोन्ही बाजूला धारदार अशी पातं होती आणि त्याबरोबर मधोमध दांडका होता . तो लाकडाचा होता आणि अशी ती दोनधारी तलवार गोल गोल फिरवतच ते पिशाच्च स्वत: भोवती गरागरा फिरत होते . त्याच्या अशा फिरण्याने त्या वादळामध्ये आणखी भयानकता निर्माण होत होती .

त्या तलवारी नरभेडीयांचा खातमा करत होत्या . वाळूमधले नरभेडीये वाळूतच तळमळत होते . तुटलेल्या अवस्थेत , कुणाचं नरडं

उडत होतं तर कुणाचा हात , कुणाचं धड शरीरापासून वेगळं होत होतं आणि ती तुटलेली शरीरे वाळूतच गारद होत होती . वाळूतलं तांडव चालू होतं .

राकसची ही युक्ती कामी आली होती . त्याची योजना रास्त होती . ज्याने ती आपल्या सैनिकांना शिकवली होती आणि महत्त्वाचं म्हणजे तो त्या चक्राचा चालक होता .

त्या वाळूच्या वादळामध्ये नरभेडीयाच्या किंकाळ्या ऐकू येत होत्या . कुई . . . . कुई . . . . असे विचित्र भेदरलेले आवाज कानावर पडत होते .

आता मरायची वेळ नरभेडीयाची होती . ते चक्र जोरजोरात फिरत होते आणि ते चक्र आपल्या आडवं येणाऱ्या प्रत्येक नरभेडीयाचं खात्मा करत होतं .

दोन जमातीमध्ये युध्द पेटलं होतं . काही मिनिटापूर्वी शांत असलेली जागा कर्कश आणि भेदरलेल्या आवाजांनी दुमदुमली होती. हळूहळू वादळ नाहीसं होत होतं . सुसाट सुटलेला वारा शांत होत चालला होता. अर्धा तासातच ते वादळ शमलं . युध्द संपत चाललं होतं . नरभेडीयाची हार निश्चित होती. हळूहळू उडणारी वाळू आता आपलं बस्तान बसवत होती आणि त्यामुळे आजूबाजूचा परिसर हळूहळू स्पष्ट दिसू लागला होता .

" सरकार . . . " कोणीतरी बोललं .

सरकारने आवाजाच्या दिशेला आपली नजर फिरवली . त्या बाजूला मरुक दोन धारी तलवार पकडून उभा होता . त्या तलवारीचं पातं चकाकत होतं आणि त्या पात्यावर नरभेडीयाचं हिरवं रक्त लागलं होतं जे खाली टिपकत होतं जिळबाट असं .

राकसने मरुककडे पाहून स्मित केलं .

" सरकार , जिंकलो आपण ! आपली योजना कामयाब झाली . " मरुक नतमस्तक होऊन म्हणाला .

" हो मरुक ' राकस खूश झाला होता . पण क्षणातच त्याच्या चेहऱ्यावरचं तेज निघून गेलं आणि तो काहीतरी आठवत आपली मान इकडून तिकडे फिरवू लागला .

'' मुन . . .'' सरकार ओरडला , ' मरुक मुन कुठे आहे ? ' सरकार मरुकजवळ येऊन म्हणाला .

' माहिती नाही , इथेच कुठेतरी असेल . '' मरुक तलवारीला लागलेलं जिळबाट रक्त पुसत होता .

'' मुन '' राकस पुन्हा ओरडला .

'' सरकार , मी इथे आहे . मुन बोलली . ती फारच दमली होती आणि ती गुडघ्यावर बसून हाफत होती . तिच्या पण हातामध्ये दोन धारी तलवार होती . तिने त्या तलवारीने कितीतरी नरभेडीयांना कंटस्थान घातले होते .

'' सरकार . . . '' मुनने आपली तलवार टाकून सरकारला मिठी मारली होती . ती रडत होती आणि सरकार तिच्या केसावरून हात फिरवत होता . सरकार आणि मुन हे दोघेजण एकमेकांच्या बाहुपाशात वेगळ्याच जगात पोहोचले होते . ते जग प्रेमाचं होतं . . त्या सर्व नरभेडीयांचा खात्मा झाला होता आणि नाव नसलेली वसाहत आता नसल्यातच जमा झाली होती . अनपेक्षितरीत्या सुरू झालेलं युध्द आता संपलं होतं .

5

काळा समुद्र

पाण्याखालची वसाहत

दुपारच्या भर उन्हामध्ये सरकारचा काफिला पुढे सरकत होता . त्याचं सैनिक थोडी विश्रांती घेऊन पुन्हा प्रवासाला लागले होते. नुकतंच त्यांनी एक मोठं युद्ध जिंकलं होतं. त्या युद्धामुळे त्याचं अंग दुखत होतं. तरीपण ते सर्व पिशाच आनंदी वाटत कारण ते जिंकले होते .

या तापट अशा भरल्या उन्हातूनसुद्धा वाळूतून चालताना त्यांच्या चेहऱ्यावर कोणताच ताण जाणवत नव्हता आणि ते गेले वर्षभर तरी आपल्या वाटेत येणाऱ्या सर्व वसाहती बेचिराख करून टाकत होते . ते जिंकत आले होते .

जिंकण्याचं व्यसन त्यांना आता लागलं होतं . तेवढ्यात दूर वाळूमध्ये काहीतरी चकाकत असल्याची त्यांना जाणीव झाली . पांढऱ्या शुभ्र रंगाचं फेसाळणारं असं काहीतरी होतं . कदाचित वाळवंट संपत आलं असावं .

" जिथे वाळू संपते , तिथून नरक सुरू होते . . . '' असंच काहीतरी तो म्हातारबाबा म्हणाला होता आणि त्याचे हे शब्द मरुकच्या कानामध्ये घंटानाद करत होते .

जसंजसं त्या चकाकणाऱ्या गोष्टीच्या जवळ जाईल , तसतसं मरुकला जाणीव होऊ लागली की , आपण नरकाच्या दिशेने चाललोय , पण ते फक्त त्याचं दिवास्वप्न होतं . कारण ते फेसासारखं , चकाकणारं

नेमकं काय आहे , हे मरुकला समजलं होतं .

तोतं ते पांढरं शुभ्र असं पाणी होतं , फेसाळणारं . त्यांचा काफिला एका दूरपर्यंत पसरलेल्या समुद्र किनारी येऊन थांबला होता . तो समुद्र अथांग असा पसरला होता आणि तो समुद्र ओकारी आल्याप्रमाणे त्याचं पाणी आपल्या पोटातून बाहेर फेकत होता . त्यामुळं त्याचं पाणी किनाऱ्याला येऊन धडकत होतं आणि धडकून परत माघारी फिरत होतं .

" खारट आहे . . . " धुंकत आणि खाकरत कोणीतरी बोललं . तो मरुक होता आणि समुद्राचं पाणी पिण्यासाठी तो पळत आला होता .

" अरे वेड्या , समुद्राचं पाणी खारट असतं ." सरकार स्मित हास्य करत म्हणाला . तो घोड्यावरून खाली उतरून त्या फेसाळलेल्या पाण्यामध्ये उतरला होता . गुडघाभर पाण्यात तो उभा राहिला होता आणि त्याच्यासमोर असलेला निळाशार अथांग असा समुद्र तो आपल्या डोळ्यात साठवून ठेवत होता .

" सरकार , पाणी फारच खारट आहे " मरुक तोंड वाकडं तिकडं करून म्हणाला . सरकार शांत होता . तो काहीच बोलला नाही . तो दूरपर्यंत पसरलेल्या समुद्राकडे पाहात होता .

" सरकार , एक प्रश्न विचारू ? " मरुक म्हणाला . " हो. विचार की . " " समुद्राचं पाणी खारट का असतं ? " ' माहिती नाही ? " सरकार पटकन बोलून गेला . " सरकार , आणखी एक प्रश्न विचारू . " " विचार ." " हा समुद्र निळ्या रंगाचा का असतो ? " " माहिती नाही . " सरकार , आणखी . . . " थांब मरुक , असे फालतू प्रश्न विचारू नकोस , ' सरकार आदेश देत म्हणाला .

' सरकार , मला माफ करा . पण मी काय म्हणतो , या समुद्रामधून आपण पुढे कसं जायचं ? " मरुक दबकतच म्हणाला .

" आता कसा चांगला प्रश्न विचारलास . " सरकार खूश होत म्हणाला , " हे बघ असं . . . " म्हणून सरकारने आपल्या झोळीतून एक काळा दगड बाहेर काढला . तो गुळगुळीत असा होता .

" सरकार , हे काय आहे ? " मरुक प्रश्नार्थी नजरेने म्हणाला . तो त्या दगडकडे पाहात होता .

" अरे , हेच तुझ्या प्रश्नाचं उत्तर आहे . हेच आपल्याला पुढे घेऊन जाईल . " " काय ? सरकार , कसं शक्य आहे ? हा तर दगड आहे . "

" अरे हो , मला माहिती आहे हा दगड आहे ते .

पण . . . " सरकार हसतच बोलला .

" पण . . . काय सरकार ? "

" हे बघ . . . " असं म्हणून सरकारनं तो काळा दगड दूर समुद्रामध्ये भिरकावून दिला . आणि दूर कुठेतरी बुडूक . . . . बुडूक . . . . असा आवाज झाला . तो दगड समुद्रात तळाशी गेला होता . काहीच झालं नाही . कसलाच आवाज आला नाही . समुद्राच्या लाटांचा आवाज फक्त येत होता . त्या फेकलेल्या दगडाचा काहीच उपयोग नव्हता .

" सरकार , मला तर काहीच समजेनासे झालंय . ' दोन मिनिटे थांबून मरुक बोलला . " लेकाच्या , धीर धर की . " सरकार म्हणाला . " अजून किती धीर धरायचा ? " 'थोडा वेळ . ते बघ . " सरकार समुद्राकडे बोट दाखवून म्हणाला . तो हसत होता .

आणि अचानकच त्या समुद्रामध्ये दूर कुठेतरी पाणी उसळलेलं दिसत होतं . पाण्यातून बुडबुडे बाहेर पडत होते . हळूहळू पाण्यातून काहीतरी वर येतंय असं वाटत होतं आणि बघताच क्षणी धडाम् . . . . धडाम् . . . . असा जोरात आवाज झाला . कोणीतरी काळी आकृती समुद्रामधून वर येत होती आणि अचानक पाण्यातून मोठी जहाज प्रकटली होती .

एखादा जादूगार आपल्यास जादूनं टोपीतून ससा बाहेर काढतो तशीच ही नाव समुद्रामधून बाहेर आली होती .

पाम झाडांच्या लाकडांनी बनवलेली एक काळ्या रंगाची मोठी जहाज . काळे पडदे असलेली जे वाऱ्याने फडफडत होते आणि मोठमोठ्या खोल्या असलेली . सरकारचं सर्वच्या सर्व सैनिक , घोडी , प्राणी , पिशाच्च , जेवणाचं साहित्य , रक्ताच्या पिशव्या , सामान सुमान हे सगळं जहाजात सहज बसू शकत होतं . एखाद्या छोट्याशा डोंगराच्या आकाराएवढी जहाज होती ती .

" वा ! फारच सुंदर नाव आहे . " मुन म्हणाली . ती घोड्यावरून उतरून सरकारला बिलगली होती .

" माहिती आहे मला '' सरकार म्हणाला . ' ही नाव नाही गं प्रिये जहाज म्हण . '' " नाव नाही ? मी समजले नाही , '' मुन भुवया उंचावून म्हणाली .

' अगं , छोटीशी असते ती नाव आणि मोठी असते ते जहाज . '' सरकार तिची हनुवटी धरून म्हणाला .

" बरं . . . सरकार जहाज . . . तर जहाज . . . फारच सुंदर आहे . ''

" सरकार , हे तर जादुमय आहे . '' मरुक आश्चर्यानं त्या जहाजाकडे पाहात बोलला होता .

' मरुक, आता जहाजामध्ये जायचं का ? का फक्त ती लांबूनच पाहायची ? ' सरकार म्हणाला . आणि थांबून तो परत बोलला , " मरुक सगळं सामान जहाजावर चढवायला घे . ''

" हो सरकार '' असं म्हणून मरुक कामाला लागला . तो भरभर काम करत होता आणि अर्धाएक तासातच मरुकने सर्व सामान , सैनिक, घोडी जहाजामध्ये भरले होते .

अंधाऱ्या रात्री ही जहाज वाऱ्याच्या झोतात पाणी कापत चालली होती . त्या जहाजावर लावलेल्या काळ्या पडद्याचा फडफडणारा आवाज येत होता आणि तो फडफडणारा आवाज ऐकतच सर्व पिशाच्च आता गाढ झोपले होते . कितीतरी दिवसांनी त्यांना विश्रांती मिळाली होती .

पौर्णिमा असूनसुध्दा आज अंधार पडला होता आणि सगळं जग त्या अंधारानं व्यापलं होतं . कारण आभाळामध्ये काळे ढग दाटून आले होते . त्यामुळे प्रकाशाचा लवलेशही दिसत नव्हता . जहाजाच्या खोल्यामधला प्रकाश सोडला तर दुसरा कोणताच प्रकाश तिथे दिसत नव्हता आणि त्या जहाजातला एका खोलीमधल्या सोनेरी प्रकाशाने मुनचा चेहरा उजळून जात होता .

" सरकार , मला तुम्हाला काहीतरी सांगायचं आहे . '' मुन बोलली . ती लाजत होती .

सरकार आणि मुन दोघेजण पलंगावर गळ्यात गळे घालून झोपले होते आणि सरकार डोळे झाकून तिचं बोलणं ऐकत होता . मिणनिणता प्रकाश त्या दोघांच्या देहावर पडला होता .

" सरकार , झोप लागली काय ? मी काय बोलतेय ते ऐकताय का ? "
" हं . . . तू बोल , मी ऐकतोय . " सरकार अंग चोरून म्हणाला .

" आता सरकारला कोणी सरकार म्हणणार नाही . " " का ? " " सरकारला सर्व लोक वडील म्हणतील . " मुन बोलली . " म्हणजे ? मी समजलो नाही . " " म्हणजे , सरकार , तुम्ही बाप होणार आणि मी आई होणार . " मुन लाजून बोलली . " खरंच . . . ? " सरकारने आपले डोळे उघडले होते .

" हो . तू माझा आनंद द्विगुणीत केलास . बोल तुला काय हवंय ? मी आज खूप खूश आहे . माग तुला काय पाहिजे ? मी तुला देईन . " त्याने तिला मिठीत घेतले .

" सरकार , मला काही नको , फक्त तुम्ही ही लढाई थांबवायला हवी . आपण हा विनाश थांबवायला पाहिजे . आपण घरी परत जाऊया , आपल्या राज्यात आणि होणाऱ्या बाळाबरोबर सुखानं नांदूया . कारण मला भीती वाटते की , आपण हा जो विनाश चालवलाय त्यात आपलाच नाश होईल . कृपा करून आपण परत जाऊया . " हात जोडून मुन म्हणाली .

' तुला असं खरंच वाटतय ? "

" हो ! "

" तू . . . . " सरकार थोडा वेळ शांत राहिला . त्याने मुनला आपल्या मिठीतून सोडून दिले आणि तिच्यापासून बाजूला सरकून बोलू लागला , " हे तू का बोलतेस मला चांगलंच माहिती आहे , कारण हे तू बोलत नाहीस . ही एक आई बोलतेय , होणाऱ्या मुलाची आई . . . "

" मग या आईचं ऐका . " डोळे बारीक करून मुन म्हणाली . तिच्या डोळ्यात अश्रू दाटले होते .

" मला माफ कर मुन . . . पण , मी असं करू शकत नाही . कारण काहीही झालं तरी मला माझं ध्येय पूर्ण करायचं आहे आणि हे तुला चांगलंच माहिती आहे . "

" हो सरकार माहिती आहे , पण . . . . " " पण काय ? " "" पण , आपल्या होणाऱ्या बाळाचा विचार करा . " " मी तोच विचार करतोय . "

" कसा ? " " हे बघ , जर आपली जमात जिवंत राहायची असेल तर बाकीच्या जमातीचा नाश हा आपल्याला केला पाहिजे आणि जर असं झालं नाही तर . . . . "

" तर काय ? "

" तर आपल्या बाळाचंच काय , आपली जमातच येणाऱ्या भविष्यामध्ये नसल्यात जमा असणार आहे आणि हे तुला वेगळं सांगायला नको. " ' हो सरकार . मला याची कल्पना आहे पण . . . " मुन अचानकच बोलायची थांबली . कारण जहाजाच्या वरच्या बाजूला कसला तरी जोराचा आवाज झाला होता . काहीतरी पडल्याचा किंवा आपटल्याचा आवाज होता तो . कसला आवाज झाला म्हणून सरकार खोलीतून वरती येऊन पाहतो तर तिथे मरुक उभा होता आणि त्याच्या हातामध्ये एक कसलीतरी घाणेरडी वस्तू लोंबकळत होती .

' मरुक काय झालं ? कसला आवाज झाला ?" सरकार म्हणाला.

"सरकार , हे बघा." मरुकने ती लोंबणारी वस्तू सरकारच्या समोर धरली.

तो एक पंजा होता. मनगटातून तुटलेल्या हाताचा जिळबट असा. तो पंजा दिसायला शैवाळ्यासारखा होता. कुजलेला, पांढरा फडफडीत जीर्ण झालेला .

" मरुक हे काय आहे?" सरकार त्या पंजाकडे पाहात म्हणाला

"हे कुठून आलं ?" 'मला माहिती नाही सरकार , पण . . . "

" पण काय ? "

" मी इथे असं झोपलो होतो आणि मला झोप लागती ना लागती तो माझ्या कानावरती कसला तरी खर् . . . . खर् . . . . खर् . . . . आवाज जाणवला आणि त्या आवाजाने माझी झोप उडाली . मी हडबडून जागा झालो आणि बघतो तर काय , माझा कोणीतरी पाय ओढत होतं . मला कोणीतरी काळ्या समुद्रामध्ये ओढून नेत होतं . क्षणभरासाठी मी हडबडलो . मला काहीच समजेनासं झालं . मी ओढत जात होतो आणि अंधारात मला दिसत नव्हतं . मी चाचपडत होतो, तळमळत होतो आणि अचानक माझ्या हाताला काहीतरी लागलं , ती तलवार होती . मी ती तलवार अंदाजाने त्या मला ओढणाऱ्या व्यक्तीवर किंवा जे काय होतं ,

ते त्याच्यावर फेकून मारली . माझा वार वर्मी लागला होता . कारण मी आता ओढला जात नव्हतो . त्या ओढणाऱ्या प्राण्याचा हात तुटला होता आणि त्याचं धड पाण्यात उडालं होतं आणि माझ्या पायात रुतलेलं जे काय होतं ते मी सोडवलं आणि मला जाणवलं की , हा एक पंजा आहे, मी या पंजाला डोळ्यासमोर धरले आणि तोवर तुम्ही आला . "

"हा फक्त पंजा आहे , याचं धड कुठे आहे ? " सरकार म्हणाला .

"याचं धड ? हे . . . . ते पाण्यात पडलं ." मरुक आठवून म्हणाला .

"पाण्यात पडलं , का गेलं ? " सरकार भुवया उंचावून म्हणाला .

"माहिती नाही , कदाचित पडलंच असावं . " मरुक त्या पंजाला गोल गोल फिरवत म्हणाला . चिकनचं तगडं असल्यागत त्याला ते वाटत होतं .

"कदाचित , तू पाहिले नसशील ? " सरकार बोलला .

"अंधारामुळे मला दिसलं नाही . ' मरुक जीभ बाहेर काढून म्हणाला . " सरकार , मी हे खाऊन बघू का ? '

"नको , अगोदर तो पंजा इकडे दे बघु . " असं म्हणून सरकारनं तो पंजा मरुकच्या हातून हिसकावून घेतला आणि तो आपल्या तोंडासमोर घेऊन तो त्याचा वास घेऊ लागला . कुजलेल्या पानाचा वास येतो तसा वास त्याचा येत होता . त्याने त्या पंजाच्या बोटामध्ये आपलं नख खुपसलं आणि ताबडतोब बाहेर काढले . नख बाहेर काढल्याबरोबरच त्या पंजाच्या बोटातून पाण्याची धार बाहेर पडली आणि अचानक थांबली सुध्दा .

" हा पंजा मेलेला आहे ' सरकार म्हणाला आणि त्याने तो पंजा मरुककडे फेकून दिला , " घे तो तू खाऊ शकतोस , पण . . . . मला वाटतं याची चव फारच घाणेरडी असेल . "

"बघतो तर खरा . . . " असं म्हणून तो पंजा आपल्या हातात पकडला आणि तो त्याचा वास घेऊ लागला , त्यानं तोंड वाकडं तिकडं केलं . त्याला पण कुजलेला , घाणेरडा वास आला होता कुबट असा . मरुकने तो पंजा आपल्या तोंडाच्या लांब धरला .

" अरे , काय झालं ? खाणार होतास नव्हं का ? आता काय झालं ? खा की . " सरकार गमतीनं बोलला .

" हो सरकार , खातो की . " आपल्या बोटाने नाक दाबून धरून मरुकने डोळे झाकले आणि त्याने आपला जबडा उघडला . तो पंजा तोंडात कोंबणार , इतक्यात . . . . "

" आई . . . गं . . . ओरबरडलं सरकार . . . ओरबरडलं . . . वाचवा , मला सरकार वाचवा. " मरुक जोरजोरात ओरडत होता . त्या पंजाने त्याचा चेहरा ओरबडून काढला होता आणि त्यामुळं त्याचं तोंड रक्तबंबाळ झालं . मरुकला पुढचं काहीच दिसत नव्हतं. त्याच्या डोळ्यांना पण ओरबडलं होतं . डोळे झाकले असल्यामुळे त्याचे डोळे सुखरूप होते , मात्र पापणीतून रक्त येत होतं .

" तेज्या आईला ऽ ऽ . . ." जोराची शिवी मरुकने हासडली आणि तो पंजा आपल्या बुटाखाली घेऊन त्यावर नाचू लागला .

बघताच क्षणी त्या पंजाचा चेंदामेंदा झाला होता . तो खिम्यासारखा दिसणारा पंजा उचलून मरुकने त्या काळ्या समुद्रात दूर भिरकावून दिला . तो दूर जाऊन पडला . पण पाण्यात काहीतरी पडल्यानंतर आवाज येतो तसा आवाजच आला नाही . मरुक शिव्या हासडतच आपलं तोंड पुसत होता . त्याला पाण्यात कुठेतरी बुडबुड्याचा आवाज जाणवला . पाण्यातुन काहीतरी सळसळ करत होतं .

" सरकार , तुम्ही तो आवाज ऐकला ? " मरुक कान टवकारून म्हणाला .

" हो ऐकला . पण तुला एवढं घाबरायला काय झालंय ? माशाचा आवाज असेल , तो पंजा काय पुन्हा तुला धरायला येणार नाही . " सरकार स्मित हास्य करत म्हणाला . " त्याचा खिमा केलायस , तो कसला येतोय आता ? "

" आ . . . . ह . . . . हा . . . . ई . . . . ऊ ऽ ऽ " कोणीतरी ओरडलं . एका पिशाच्चाला कोणीतरी पाण्यात ओढून नेलं होतं . जो जहाजाच्या कडेला पहारा देत होता आणि तोच ओरडला होता आणि हळूहळू त्याचं ओरडणं कमी होत गेलं आणि शेवटी त्याचं ओरडणं बुडबुड्यासारखं ऐकू आलं . शेवटी तो शांत झाला . त्याच्या नाका - तोंडामध्ये पाणी गेलं होतं .

" काय झालं ? " कोणीतरी एक पिशाच्च बोललं आणि तो भानावर यायच्या अगोदरच परत खाड ऽऽ असा आवाज झाला आणि त्या

आवाजाबरोबर पाण्यात काहीतरी पडल्याचा भास झाला .

दोन पिशाच्चांना पाण्यात कोणीतरी ओढून नेलं होतं आणि हे दृश्य पाहून सगळे पिशाच्च घाबरले होते आणि ते सर्वजण घाबरून जहाजाच्या मधल्या रिकाम्या जागेत आले होते , जिथे सरकार आणि मरुक अगोदरच उभे होते .

तेवढ्यात अचानक त्या जहाजाला जोरात गचका बसला , त्या बसलेल्या गचक्यातून मरुक तोंडावर पडता पडता वाचला . ती जहाज एका बाजूला झुकत होती आणि परत दुसऱ्या बाजूला झुकली . एखाद्या पाळण्याप्रमाणे जहाज आपली किमया दाखवत होती , इकडून तिकडे जहाज झुलत होती .

आता त्या जहाजाच्या आजूबाजूला काहीतरी घासल्याचा आवाज येत होता . मांजर आपल्या नखांनी जशी खर् . . . खर् . . . असा आवाज निर्माण करते तसा आवाज येत होता .

जहाजावरती कोणीतरी सरपटत येत होतं , ते असंख्य संख्येने येत होते आणि आता या वातावरणामध्ये घाण कसला तरी वास पसरला होता , कुजलेल्या अंड्यासारखा .

" सरकार , तिकडे बघा . . . " जहाजाच्या एका कोपऱ्यात बोट दाखवून मरुक म्हणाला .

त्या कोपऱ्यात हात दिसत होता , जिळबाट असा , पाण्याने भिजलेला , हिरव्या तवंगासारखा , तो हात जहाजाच्या कडेच्या खांबाला लोंबकळत होता .

बहुतेक मघाशी मरुकने तोडलेला हात पुन्हा परत आला होता पण . . . तसं काही नव्हतं , कारण त्या हाताबरोबरचं मुंडकं , धड , पोट आणि पाय पण वरती आले होते . कोणत्या तरी एका प्राण्याचं धड जहाजावर चढून आलं होतं .

तो प्राणी दिसायला विचित्र होता . तो दिसायला ओल्या शैवाळासारखा होता , म्हणजे माणसाच्या अंगावर शैवाळ घातल्यावर जसं दिसतं तसं , ते धड दिसत होतं , फक्त ते शैवाळ कुजलेलं होतं आणि त्या शैवाळाला बुरशी पण लागली होती . तो शैवाळ प्राणी होता , जिळबाट नग्न असा होता तो प्राणी , समुद्राच्या खोल अंधाऱ्या तळाशी

राहत होता , त्याची वसाहत पाण्याखाली होती . त्या शैवाळ प्राण्याचं तोंड तांबडं असं , एखाद्या बोंबील माशाप्रमाणे होते . त्याचे डोळे काचेच्या गोळ्यासारखे भासत होते , निळेशार असे , पापण्या नसलेलं आणि महत्त्वाचं म्हणजे त्याला नाक नव्हतं , त्याच्या नाकाच्या जागी फक्त तीन चिरा होत्या आणि त्या चिरा दर सेकंदाला उघडझाप करत होत्या .

त्या शैवाळ प्राण्याकडे पाहिल्यानंतर शिसारी मारत होती , त्याच्या अंगावर शेंबडासारखा तवंग होता आणि त्यामधून घाण वास मारत होता , ओकारी आणणारा . आता ते कुजलेलं शैवाळ प्राणी जहाजाच्या आजूबाजूला आले होते . . . .

मरुकने क्षणाचाही विलंब न लावता एका शैवाळ प्राण्याची मान उडवली आणि त्यातून पिचकारी मारल्यासारखं हिरवं पाणी बाहेर पडलं .

" आता घे . . . मला पकड . . . ये मार मला . . . ओरबड मला . . . ' मरुक आपली तलवार गोल गोल फिरवित म्हणाला .

" अरे बघताय काय ? कापा या हिरव्या प्राण्यांना . . . ' कोणीतरी ओरडलं .

हा . . . . हा . . . . म्हणता सर्वांनी तलवारी उपसल्या आणि ते शैवाळ प्राण्यावर सपासप वार करू लागले . त्या शैवाळ प्राण्यांचे हात तुटत होते , कुणाचा पाय , कोणाचं धड वेगळं होतं होते . मुंडकी तर इकडून तिकडे फुटबॉलप्रमाणे उडत होती . हिरव्या रक्ताचा सडा त्या जहाजावर पडला होता .

' थांबा . . . . " हे युध्द चालू असतानाच सरकार बोलला .

" सरकार , काय झालं ? " मरुक कपाळाला आठी देऊन बोलला . " अरे लेकाच्या , तिकडे बघ , ' सरकार म्हणाला .

मरुकने ज्या शैवाळ प्राण्याचं मुंडकं उडवलं होतं , जे एका कोन्यात पडलं होतं . ते आता गायब झालं होतं . बघताच क्षणी त्या मुंडक्याचं हिरवं पाणी झालं होतं आणि त्या तुटलेल्या धडाच्या मानेतून जरबीसारखं काहीतरी वरती येत होतं आणि हळूहळू पुन्हा त्या जागी मुंडकं उगवलं . त्याच्याकडे पाहिल्यानंतर असं वाटत होतं की , त्याचं मुंडकं कधी शरीरापासून वेगळं झालंच नव्हतं .

तो मुंडकं उगवलेला शैवाळ प्राणी आता हसू लागला होता , पिच . . .
. पिच . . . . पिच . . . . असा आवाज त्याच्या तोंडातून बाहेर पडत होता
आणि हास्याबरोबरच हिरवी पिचकारी त्याच्या तोंडातून बाहेर पडत
होती आणि हसता हसता तो आजूबाजूला पाहात होता . चमत्कार घडावा
तसं काहीतरी घडत होतं . कारण त्या तुटलेल्या शैवाळ प्राण्यांचे हात
, पाय , मुंडकी हळूहळू पुन्हा उगवत होती आणि त्यांचे अवयव पुन्हा
उगवल्यानंतर ते सर्व शैवाळ प्राणी हसत होते . हसताना त्यांचे सुळे दात
दिसत होते, क्रूर हास्य होतं आणि त्यांच्या तोंडातून हिरवी वाफ बाहेर
पडत होती . पिचकारीचा आवाज जसा घुमतो तसा आवाज इथे घुमत
होता .

" शट् . . . . हे लेकाचे मरतच नाहीत , " मरुक तलवार आपटून
म्हणाला आणि तो जे बोलला होता ते खरं होतं . कारण ते शैवाळ प्राणी
तलवारीच्या काय , कोणत्याच पात्याने मरत नव्हते , ते न मरणारे
शैवाळ प्राणी आता जहाजाच्या चारी बाजूला जमा झाले होते आणि
हाताला लागेल त्या पिशाच्चाला ओढून नेत होते .

दुरून कुठून तरी समुद्रामध्ये सळसळणारा आवाज येत होता , पाणी
ढवळल्यासारखा , समुद्रामध्ये असंख्य गारा पडतायत असं वाटत होतं
, पाण्याची खळबळ वाढली होती . एक-दोन म्हणता म्हणता आता
ते विचित्र दिसणारे , शिसारे आणणारे हजारो शैवाळ प्राणी येत होते
आणि त्यांची संख्या वाढत चालली होती . वारुळामधून मुंग्या जशा
बाहेर पडतात तसे हे शैवाळ प्राणी समुद्रामधून बाहेर पडत होते. ते
शैवाळ प्राणी हजारोंच्या संख्येने, कदाचित लाखोंच्या संख्येने काळ्या
पाण्यातून वरती येत होते. त्यांची पिच् . . . . पिच् . . . . पिच् . . . . ऐकू येत
होती आणि त्यामुळे तो विचित्र आवाज या शांत वातावरणात मिसळत
होता.

" सरकार , आता आपण काय करायचे ? लेकाचे हे प्राणी मरतच
नाहीत . " मरुक भेदरून गेला होता . त्या प्राण्यांचे कळपच्या कळप
त्यांच्याकडे येत होते आणि मरुकप्रमाणे सगळे पिशाच्च भेदरून गेले
होते . कारण हे शैवाळ प्राणी पिशाच्चांना उचलून नेत होते .

" सैनिकांनो , रिंगण तयार करा , " मरुक म्हणाला . शैवाळ प्राण्यांचा कळप त्यांच्याकडे येताना पाहून राकस राजाला संरक्षण देण्यासाठी मरुकने त्याच्या चारी बाजूला पिशाच्चाचं रिंगण तयार केले होतं . ते रिंगण भेदणं अशक्य होतं . पण ते प्राणी फारच होते . सपासप आवाज येत होते . ते शैवाळ प्राणी ते रिंगण भेदण्याचा प्रयत्न करत होते . पण ते तुटत होते आणि पुन्हा उगवत होते . पुन्हा तुटत होते , पुन्हा उगवत होते . तुटणं आणि उगवणं असं बराच वेळ चाललं होतं .

एका प्राण्यानं मरुकचा पाय पकडला आणि मरुकने तो हात तलवारीने लगोलग तोडला आणि क्षणातच तो हात पुन्हा उगवला . मरुक जीवाच्या आकांताने लढत होता , त्याला पकडला जाणारा हात कापला जात होता . त्यांची तलवार विजेच्या चपळाईने पळत होती , पण त्याचा काय उपयोग नव्हता . कारण ते प्राणी मरतच नव्हते , त्यांना मारणं कठीणं होतं . सर्व पिशाच्च चपळाईने तलवार चालवत होते . कारण ही लढाई जर आपण थांबवली तर या शैवाळ प्राण्याचे जेवण नक्कीच बनू . म्हणून युध्द करणे हाच त्यांच्याजवळ शेवटचा उपाय होता . लढा नाही तर मरा .

असं किती वेळ चालणार माहिती नव्हतं , आणखी किती वेळ सरकारची सेना तग धरू शकणार होती माहिती नाही , ते सरकारचे सैनिक जीवाच्या आकांताने लढत होते आणि भरीत भर आणखी शैवाळ प्राणी जहाजावर येत होते , ते लाखोंच्या संख्येने होते , त्यांनी जहाजाला वेढले होते .

हे युध्द चालू असतानाच आकाशामध्ये काळे ढग हळूहळू बाजूला होत होते . ढगाच्या आड लपलेला चंद्र बाहेर पडत होता आणि तो आता पूर्ण बाहेर आला होता .

बघता बघताच त्या पौर्णिमेच्या चंद्राच्या प्रकाशाने जहाज न्हाऊन गेली होती . त्याचा तो चंदेरी पांढरा प्रकाश पूर्ण समुद्रावर पडला होता . काळा समुद्र त्या प्रकाशाने व्यापून टाकला होता .

" सरकार , हे पाहा , यांना काय होतंय ? " मरुक कपाळ्याच्या आठ्या आवळून बोलला .

युध्द आता थांबलं होतं . सगळे पिशाच आपापल्या जागी स्तब्ध उभारले होते . सगळ्यांचा आ वासला होता . डोळे मोठे करून ते सर्वजण समोरचं दृश्य पाहात होते , आश्चर्य नजरेने . कारण चंद्राच्या प्रकाशाने ते शैवाळ प्राणी भाजून निघत होते , भाजून कुठले करपून निघत होते , त्यांच्या त्या बुरशी असलेल्या शैवाळ त्वचेतून वाफा बाहेर पडत होत्या , त्यांची चामडी जळत होती आणि त्यामुळे आता वातावरणामध्ये खरपूस असा जळालेला धुरासारखा वास मिसळला होता .

पिच् . . . . पिच् . . . . पिच् . . . . आवाज न करता ते शैवाळ प्राणी आता जोरजोरात किंकाळत होते , ते किंकाळतच पटापट समुद्रामध्ये उड्या मारत होते . कुणाचा पाय भाजला होता तर कुणाचा हात . तशा भाजलेल्या अवस्थेतच ते खोल काळ्या पाण्याच्या तळाशी जात होते .

मरुकला ही सर्कस पाहून मजा वाटली आणि म्हणून त्याने पळणाऱ्या एका शैवाळ प्राण्याची मान पकडली आणि त्या प्राण्याला तिथेच धरून ठेवला पाच एक सेकंदातच तो प्राणी जळाला . त्या प्राण्याच्या शरीरातून काळ्या धुराचा लोट उठला आणि वरवर ढगात जाऊन विरून गेला . हे धुराचे दृश्य बघायला एकही शैवाळ प्राणी तिथे थांबला नाही ते घाबरून काळ्या समुद्रामध्ये गुडूप झाले आणि जे जहाजावर उरलेले होते ते जळून धुरामध्ये गुडूप झाले .

ते शैवाळ प्राणी प्रकाशाला घाबरत होते . प्रकाशच त्यांचा मृत्यू होता आणि नशीब बलवत्तर म्हणून आज सरकारचा काफिला वाचला होता .

6

शापित अरण्य

विषारी असलेली वसाहत.

" उठ . . . . उठ . . . . " लेकाच्या कोणीतरी बोललं .

" कोण ? " मरुकला त्या आवाजाने जाग आली . तो डोळे चोळतच उठला . त्याच्या तोंडावर कोणीतरी पाणी मारलं होतं , मारलं कुठलं ओतलं होतं . तो कुडकुडत होता , कारण ते पाणी बर्फा प्रमाण थंडगार होतं . मरुक चे दातावर दात आपटत होते . त्याचा कट् कट् असा आवाज मरुक च्या कानात वाजत होता .

" हा . . . हा . . . " कोणीतरी मोठ्यानं हसलं .

' कोण ? आहे ते . . . '' मरुक त्या हसण्याच्या आवाजाकडे पाहात म्हणाला . आणि तो आपल्या आजूबाजूला डोळे किलकिले करून पाहत होता . त्याला समोरचं काहीच दिसत नव्हतं . कारण त्याच्या आजूबाजूला पांढरा धूर पसरला होता . त्याला काही क्षणासाठी असं वाटलं की , आपण पांढऱ्या शुभ्र अशा ढगामध्ये तरंगत आहोत . पण तो त्याचा भ्रम होता . तो ढगामध्ये नव्हता तो तर जहाजावर होता . जी हेलकावे खात पाण्यामधून चालली होती आणि तो पांढरा धूर दुसरं तिसरं काही नसून धुकं होतं .

सकाळ असल्यामुळे गारठा पडला होता आणि त्यामुळे ही बोचरी थंडी मरुकच्या अंगाला टोचत होती आणि भरीत भर त्याच्या अंगावर कोणीतरी थंड पाण्याचा भपकारा मारला होता .

तो आपल्या अंगावर पडलेलं थंडगार पाण्याचं थैंब झाडत होता आणि आपले हातपाय चोळत तो आजू बाजूला पाहात होता .

त्याच्या अंगावर गार पाणी कोणी मारलं ? आणि त्याची झोपमोड कोणी केली ? हे तो बघण्याचा प्रयत्न करत होता . पण त्याला काहीच दिसत नव्हतं . कारण त्याच्या चारी बाजूला दाट धुके होते . त्या धुक्यामुळे सूर्य सुध्दा झाकला गेला होता . दुरून कुठून तरी पक्ष्यांचा किलबिलाट ऐकू येत होता आणि हा आवाज म्हणजे एक आनंदाची बातमी होती . कारण ह्या पक्ष्यांच्या किलबिलाटामुळे समजून येत होतं की , त्याचा आता समुद्राचा प्रवास संपलेला आहे .

बऱ्याच दिवसांच्या प्रवासानंतर सरकारचं जहाज किनाऱ्यावर लागणार होतं . कित्येक वर्षानंतर त्यांना हिरवळ बघायला मिळणार होती . हा जीवघेणा पाण्यातला प्रवास एकदाचा संपला होता .

समुद्रामधली भयानक अशी संकटे बाजूला सारून तो काफिला आता जमिनीवर आला होता . ह्या निळ्या दिसण्याऱ्या पाण्यातली महाभयंकर वादळे , पाण्याखाली असलेले विचित्र असे शैवाळ प्राणी आणि असंख्य हजारो पाय असलेले हिंस्त्र प्राणी त्याच्या वाटेत आले होते . पण त्या सर्वांचा पडाव करून हा काफिला आता पुढे चालला होता .

अनपेक्षित अशा प्रवासासाठी . " मरुक , झाली का झोप ? " कोणीतरी घोगऱ्या आवाजात बोललं .

" कोण ? मला नाही समजलं की आपण कोण आहात ? महोदय , मला आपला चेहरा दिसत नाही . " मरुक म्हणाला .

' माझा आवाज पण तुला ओळखत नाही . . . ? " तो घोगरा आवाज पुन्हा आला .

" नाही . मला . . . माफ करा . पण मला आपला आवाज . . . . " मरुक बोलला . तो मध्येच थांबला . कारण समोरचा माणूस अचानक बोलला .

" अरे , आश्चर्य आहे , माझा आवाज तुला ओळखता येईना ? " तो घोगरा आवाज आला . " नाही ? " " मग ओळख पाह , मी कोण आहे ? .

" नाही . " मरुक काहीतरी आठवत म्हणाला . तो आवाज आपण कधी ऐकलाय याचा तो विचार करत होता पण तो शेवटी हरला . त्याला आवाज ओळखता येत नव्हता .

" शेवटचा प्रयत्न कर . बघ ओळखता येतं का ? " घोगरा आवाज बोलला .

" मला माफ करा . पण आपण कोण आहात ? हा खेळ थांबवा महोदय . " मरुक आदराने बोलला . तो समोरच्या धुक्याकडे पाहात होता , जिथे हळूहळू एक काही आकृती तयार होत होती .

त्या तयार होणाऱ्या आकृतीप्रमाणे ही जहाज हळूहळू पुढे सरकत होती आणि तसाच सूर्य पण हळूहळू वरती सरकत होता , त्यामुळे सूर्याचा प्रकाश जहाजावर पडत होता .

आता सूर्याच्या प्रकाशामुळे धुकं बाजूला सरकत होतं आणि त्यामुळे आजूबाजूचा परिसर स्पष्ट दिसू लागला होता .

" सरकार ? " मरुक आ वासून बोलला . कारण त्याच्या समोरची जी काही आकृती होती ती आता स्पष्ट झाली होती आणि ती काळी आकृती सरकारची होती .

" तू हरलास मरुक . " सरकार हसतच म्हणाला . " नाही सरकार . " डोळे मोठे करून मरुन बोलत होता . " अरे , तू हरलास , मान्य कर . " सरकार खूश होत म्हणाला .

" हो सरकार . मी कुठे नाही म्हणतोय . मी नेहमी तुमच्या समोर हरलेलोच आहे . " मरुक म्हणाला .

" बरं . . . . " सरकार म्हणाला . " तुझं हे नेहमीच आहे . "

या दोघांचा हा खेळ नेहमीच चालायचा आणि मरुक नेहमी हरायचा . सरकारने मरुकला आपला सेवक कधी समजला नाही . तो सरकारसाठी जिवलग मित्र होता . लहानपणापासून दोघंजण एकत्र होते . आणि लहानपरापासूनच दोघांनी या जगात एकच धर्म करायचा , असे स्वप्न बाळगलं होतं आणि मरुकपण सरकारला मित्र समजायचा .

" हे फारच अप्रतिम आहे . " मरुक आश्चर्यचकित झाला होता आणि तो मघापासून सरकारकडं पाहात नव्हता . तो सरकारच्या मागच्या बाजूला पाहात होता .

" काय ? " सरकार भुवया उंचावून म्हणाला .

" सरकार , तुमच्या मागे बघा . " मरुकने आपले डोळे अजून विस्फारले होते . कारण त्यांच्या समोरचं दृश्य खूपच सुंदर होतं . त्याने

उभ्या आयुष्यात कधी असं दृश्य पाहिलं नव्हतं .

हिरवाईची चादर अंथरलेला एक मोठा डोंगर त्यांच्यासमोर उभा होता . त्या डोंगराच्या बरोबर मधोमध भेग पडली होती आणि त्या भेगेमधून सोनेरी सूर्य आपलं डोकं वरती काढत होता . त्या सूर्याचा तो सोनेरी प्रकाश निम्म्या समुद्रापर्यंत पसरत चालला होता .

आणि त्या डोंगराच्या कवेतच एक छोटा डोंगर दुसऱ्या बाजूला आपला डोकं वरती काढत होता आणि त्या डोंगराच्या मध्यातून पाणी पडत होतं . त्यामुळे तिथे खळखळणारा धबधबा तयार झाला होता . त्याचा आवाज सर्व डोंगरामध्ये दुमदुमत होता . आणखी एक म्हणजे त्या पडणाऱ्या पांढऱ्या शुभ्र फेसाळणाऱ्या पाण्यावर सूर्याची सोनेरी किरणे पडली होती आणि तिथे सात रंगाचा इंद्रधनुष्य तयार झाला होता . त्यामुळे ते दृश्य पाहिल्यानंतर मन कसं तुप्त होत होतं .

अप्रतिम नजारा होता तो .

" नांगर टाका . " सरकार जोरात ओरडला . तो फारच आनंदी वाटत होता आणि त्या सुंदर डोंगराकडे पाहात तो बोलला . सगळी पिशाच्च हा सुंदर नजारा पाहण्यामध्ये गुंग झाली होती . कोणी जागचं हललं नाही . या निसर्गाने त्यांना गुंग करून टाकलं होतं .

" अरे , भडव्यांनो , आता दिवसभर हेच पाहात राहणार काय ? कामाला लागा , आपल्याला पुढे जायचं आहे . " सरकार रागाने जोरात ओरडला .

सरकारच्या या आवाजाने सर्व पिशाच्च भानावर आले आणि गलबलाट चालू झाला . काय करू आणि काय नको अशी त्यांची गत झाली . एवढ्या लवकर समुद्र संपेल असं त्यांना स्वप्नात सुध्दा वाटलं नव्हतं . पण हिरवळ पाहिल्यानंतर त्या पिशाच्चांना जोम चढला .

त्यांनी नागर टाकली होती . त्या सर्वांनी दोरखंड ओढन ती जहाज किनाऱ्यावर ओढत आणली आणि जहाजावरील सर्व सामान - सुमान उतरलं गेले होते .

घोडी किंकाळतच त्या जहाजातून खाली आली . पण घोड्यांची संख्या कमी झाली होती . कारण काही घोडी तहानेनं मेली होती . त्यांच्याजवळचं पाणी संपलं होतं .

काही मिनिटांतच ही जहाज पूर्णपणे रिकामी झाली . सर्व पिशाच्च जहाजामधून बाहेर आले होते . काहीजण घोड्यावर सामान बांधत होते . काहीजण तलवारीला धार देत होते . तर काहीजण समुद्रकिनारच्या वाळूमध्ये आळोखे पिळोखे देत होते . तर काहीजण हिरवळ पाहिल्यानंतर पळत जाऊन झाडावर चढले होते .

" सरकार , या जहाजाचं काय करायचं ? '' मरुक त्या मोठ्या जहाजाकडे पाहात म्हणाला . त्या जहाजाच्या पडद्याची सावली त्यांच्या चेहऱ्यावरती पडत होती .

'' काय करायचं म्हणजे ? '' सरकार म्हणाला . " ही जहाज इथेच ठेवायची का ? '' मरुक म्हणाला .

" सरकार , मी पण हाच प्रश्न विचारणार होते . '' मुन म्हणाली . ती पालखीतून उतरून सरकारला येऊन बिलगली . तिचं पोट आता वाढलं होतं . तिच्या पोटात राकस सम्राजाचा वारस वाढत होता आणि तो लवकरच बाहेर येण्याच्या तयारीत होता आणि म्हणून मुनसाठी पालखी केली होती . तिला आता चालायला किंवा घोड्यावरती बसायला जमणार नव्हतं .

'' नाही , हे बघ " असं म्हणून सरकारनं कोणती तरी वस्तू त्या जहाजावर भिरकावली .

खडाक् सरशी आवाज झाला . दगड मारल्यावरती होतो तसा आवाज होता तो . . . . पण . . . . त्यानंतर काहीच झालं नाही . ती जहाज जाग्यावरून तसूभरही हलली नाही आणि अदृश्य पण झाली नाही .

' सरकार , मला वाटतं तुमचं काहीतरी चुकतंय . '' मरुकनं भित भित विचारलं .

'' मला पण तसंच वाटतंय . '' मुन बोलली . तिने सरकारच्या खांद्यावरती हात ठेवला होता . तिने सरकारचा आधार घेतला होता .

" तुम्ही दोघेजण अगोदर संशय घ्यायचं . थांबवा . विश्वास ठेवा . '' सरकार मुनच्या हाताचा मुका घेत म्हणाला .

' विश्वास ? '' मरुक विश्वासाने म्हणाला . " हो . बघ , तिकडे बघ . '' सरकार हाताचा एक कोना वरती करून बोलला .

आणि आश्चर्य असं की , ती जहाज हळूहळू लहान होत चालली होती . शेवटी एका काळ्या दगडामध्ये त्याचं रूपांतर झालं होतं . . . . .

तो दगड त्या समुद्र किनाऱ्यावरती असलेल्या वाळूमध्ये दुरूनसुध्दा स्पष्ट दिसत होता . ' मरुक , बेटा जा . ती जहाज घेऊन ये . " सरकार म्हणाला .

" जहाज ? कुठे आहे? "

" अरे मूर्खा , तो दगड घेऊन ये . "

" जी सरकार , " मरुक तो दगड घ्यायला पळत गेला , तो दगड काही क्षणापूर्वी एक मोठी जहाज होती .

सर्वच्या सर्व सामान घोड्यावरती लादलं होतं . मुनसाठी पालखी पण तयार होती .

" चला, आता आपल्याला या जंगलातून जावं लागेल . " घोड्यावरती बसतच सरकार म्हणाला .

" आ . . . . ई . . . गं . . . ऽ ऽ " कोणीतरी जोरात ओरडलं .

" काय झालं ? कोण ओरडलं ? " सरकार म्हणाला .

" त्या तिकडे सरकार, मला वाटतं, आपला एक सैनिक झाडावरून खाली पडला असावा . मरुक जंगलातल्या एका झाडाकडे बोट करून म्हणाला . तिथे पिशाच्चांनी गर्दी केली होती .

" अरे बाजूला व्हा . " मरुक त्या पिशाच्चांना बाजूला करत म्हणाला .

" काय आहे हे ? याला काय झालं ? " सरकार घोड्यावरून उतरून त्याठिकाणी आला होता , ज्याठिकाणी त्यांचा एक पिशाच्च झाडावरून खाली पडला होता आणि तो खाली पडलेला पिशाच्च काळा-निळा पडला होता . त्याच्या तोंडातून फेस बाहेर पडत होता .

" मला वाटतं , याला साप चावला असावा . " कोणीतरी बोललं .

" नाही सरकार . " एका पिशाच्चानं काहीतरी पाहिलं होतं .

" काय ? नाही . " सरकार त्या पिशाच्चाकडे पाहात म्हणाला .

" सरकार , त्याला साप नाही चावला

. " मग ! " .

" आम्हाला माफ करा . पण . . . . आम्हाला फारच तहान लागली होती आणि भूक पण . म्हणून आम्ही या झाडाची पाने आणि फळे खायचं ठरविले आणि . . . . "

" आणि याने ती खाली . . . " मरुक मध्येच म्हणाला .

" हो सरकार , आम्हाला राहवलं नाही . याने पहिल्यांदा पानाचा तोबरा भरला . या पानांच्या हिरव्या रसानं त्याचं तोंड भरलं होतं . तो पिशाच्च म्हणाला .

" इतर सर्वजण पिशाच्च जेव्हा जहाजामधून सामान उतरत होते , तेव्हा हा लेकाचा पानं आणि फळं चघळण्यात व्यस्त होता . " मरुक तुच्छतेने बोलला . " तुमची हिम्मतच कशी झाली ? सरकारच्या आदेशानुसार आपण तोंडामध्ये काहीच घालू शकत नाही . " मरुक वसकन त्या पिशाच्चाच्या अंगावर गेला .

" थांब मरुक " सरकार हात पुढे करून म्हणाला . ' हा. तू बोल पुढे काय झालं ? " सरकार त्या पिशाच्चाला म्हणाला .

" मी मगाशी म्हटल्याप्रमाणे त्याचं तोंड हिरव्या रसानं भरलं होतं . मी पण काही पानं तोडून घेतली होती . मी ती पानं खाणार इतक्यात हा ओरडायला लागला . तो आपलं नरडं धरून किंकाळत होता आणि त्याचं तोंड त्या रसानं भाजून गेलं होतं . त्याच्या तोंडातून धूर बाहेर पडत होता . त्याची जीभ करपली होती . त्याचं शरीर काळं निळं पडलं आणि शेवटी त्याच्या तोंडातून पांढरा फेस बाहेर पडला . हे दृश्य बघून मी माझ्या हातातील पानं ताबडतोब टाकून दिली .

ही गोष्ट ऐकून तिथल्या एका पिशाच्चानं आपल्या हातात घेतलेलं फळ खाली टाकून दिलं तो ते खायच्या बेतातच होता .

" सरकार . . . " मुन म्हणाली . हा सगळा प्रकार पाहून ती घाबरली होती . ' बोल. ' ' सरकार म्हणाला . " हा नेमका मेला कशाने ? " मुन प्रश्नार्थी नजरेने त्या मेलेल्या मुडद्याकडे पाहात होती .

" ही पानं विषारी आहेत . " मरुकने मुनकडे एक कटाक्ष टाकला आणि परत तो त्या मुडद्याकडे पाहात होता .

' बरोबर मरुक , तुझं बरोबर आहे , ही पानं विषारी आहेत . " सरकारनं तिथल्या एका झाडाचं पान तोडलं होतं आणि तो त्या पानाकडे

एकटक नजरेने पाहात बोलला होता .

" विषारी पान ? '' मुन बोलून गेली .

" हो . विषारी पान . सरकार तिच्याकडे पाहात म्हणाला '' आणि हा . . . इथली नुसती पानंच विषारी नाहीत तर इथली फळे , फुले , जीव जंतुसुध्दा विषारी आहेत . मला एक विचित्र असा सुगंध जाणवतोय आणि माझं ऐकाल तर इथली कोणतीही वस्तू चुकून सुध्दा तोंडात टाकू नका . "

" सरकार मला वाटतं . . . '' मुन कशाला तरी घाबरत होती किंवा ती कसली तरी काळजी करत होती . अलीकडे ती जास्तच भावुक असल्यासारखी वागत होती . ती फारच भोळी झाली होती .

' ह . . . . बोल मुन , थांबलीस का ? '' सरकार म्हणाला .

" आपण परत आपल्या राज्यात जाऊया माघारी . '' मुनने माघारी या वाक्यावर जोर दिला .

' ते शक्य नाही . '' सरकार आपल्या हातामध्ये असलेल्या पानाचा वास घेत म्हणाला जे पान विषारी होतं .

" सरकार . . . '' मुनचे डोळे पाणावले होते . ' आपला छोटा राजकुमार केव्हाही बाहेर येईल आणि अशा या विषारी जागेत त्याचा छोटा जीव गुदमरेल . कदाचित . . . '' मुन आता रडू लागली होती .

' मुन . . . " सरकार घोड्यावरून खाली उतरून तिच्याजवळ आला आणि तिची हनुवटी धरून तो प्रेमाने म्हणाला , " हे बघ माघारी जाणं अशक्य आहे . ''

" का ? ''

' कारण . . . . हे बघ आपल्या जवळचं रक्त संपलंय '' काहीतरी आठवत सरकार म्हणाला . तिला समजवण्यासाठी त्याला काहीतरी बोलणं गरजेचं होतं आणि आपल्याजवळ पाणी पण नाही आणि तुझं ऐकून आपण माघारी जायचं म्हटलं तर तुला तो लाल वाळवंट आठवत असेलच . कधी न संपणारी वाळू . "

" हो चांगलाच आठवतोय . ''

'' मग त्या वाळवंटात जर आपण गेलो , आपल्या जवळ एक तर पाणी नाही आणि सगळ्या वसाहती आपण पेटवून टाकल्यात . त्यामुळे

रक्त पण नाही . आपण आणि आपला काफिला पाणी . . . . पाणी . . . . करून मरेल . तुला समजतंय ना मी काय म्हणतोय ? " सरकार प्रेमाने बोलत होता .

" हो . समजतंय , पण . . . . " मुन म्हणाली . " पण . . . . आपण जर पुढे गेलो तरी पण आपलं मरण निश्चित आहे . हे जंगल विषारी आहे . "

" नाही . . . . माझे प्रिये . . . . " हे बघ असं म्हणून सरकारनं एक पिवळा कागद आपल्या बटव्यातून बाहेर काढला .

" काय आहे हे ? "

" हा नकाशा आहे आणि आपण शेवटच्या साम्राज्यापर्यंत जवळजवळ पोहोचलेलो आहे . हा डोंगर पार केला की , पुढे आपल्याला एक नदी लागेल अमरोसीया नावाची . " सरकार समजावून सांगत होता .

" अमरोसीया नदी . . . . " नकाशावरचं नाव वाचत मुन बोलली .

" हो . . . . अमरोसीया साम्राज्याची नदी आहे ही . या नदीचं पाणी अमृतासारखं असतं आणि इथून ती फारच जवळ आहे . " सरकार तिला प्रेमाने समजावून सांगत होता आणि सगळी पिशाच्च पण सरकारचं हे बोलणं शांत चित्तानं ऐकत होते . नदी जवळच आहे म्हटल्यावर ते खूश वाटत होते .

" हुं . . . पण सरकार . . . " मुन दूर कुठेतरी शून्यात नजर देऊन बोलली .

" पण काय ? "

" धबधबा , आपल्याकडे त्या धबधब्याचं पाणी आहेच की . " मुन कोड सोडविल्यागत बोलली .

" नाही प्रिये . मी मगाशी काय म्हणालो ते विसरलीस वाटतं तू . "

" काय ? "

" ते धबधब्याचं पाणी विषारी आहे " .

" विषारी . . . . पाणी . . . " मुन एवढं बोलून गप्प झाली .

" मग . . . . . जायचं पुढे . . ? " सरकारला तिला दुखवायचं नव्हतं . कारण ती आता दोन जीवाची झाली होती .

" हो जायचं , जंगलच तर पार करायचं आहे . " सुस्कारा सोडत मुन म्हणाली .

त्यांचा पुढे जंगलामध्ये जायचा निर्णय पक्का झाला होता आणि तो काफिला आता हिरवळ तुडवत पुढे सरकत होता पण त्यांना माहिती नव्हतं की , त्यांच्या पुढे काय वाढून ठेवलंय !

7

काळा पर्वत

जंगलातील वसाहत

सूर्य आता वरती आला होता आणि त्या काफिल्यासमोर काळा पर्वत उभा होता . त्या काळ्या पर्वतामधून कुठेतरी धूर दिसत होता . कोणती तरी वसाहत त्या जंगलामध्ये होती. अशा घनदाट आरण्यामध्ये वसाहत असणे त्या काळी काय नवीन नव्हते .

तो काफिला त्या वसाहतीजवळ आला होता . काळ्या पठारावर ज्याठिकाणी झाडं नव्हती . तिथे झाडांच्या पानांनी बनविलेल्या झोपड्या दिसत होत्या . पाच पन्नासच झोपड्या फक्त असतील आणि एका ओळीने त्या तिथे उभ्या होत्या . त्या झोपडीमधून लोकांच्या बोलण्याचे आवाज येत होते . ती लोक चु . . . . चित्कारलेल्या आवाजात बोलत होते आणि त्यांच्या झोपड्यामधून धूर बाहेर पडत होता. चुली पेटल्या गेल्या होत्या आणि त्या चुलीवर मांस भाजलं जात होतं . त्या मांस भाजल्याचा सुगंध सर्वत्र पसरला होता .

" सरकार काय म्हणताय , आक्रमण करायचं का ? '' मरुक लांबून झोपडीकडे पाहत म्हणाला.

" थांब , आधी कोणता प्राणी तिथे राहतो हे पाहिलं पाहिजे . समोरचा शत्रू आपल्याला . . . " सरकार पुढे बोलणार इतक्यात त्या झोपड्यामधील एका झोपडीतून एक आकृती बाहेर आली . ती आकृती दिसायला मानवासारखी होती. पण त्याचे तोंड माकडासारखे होते आणि

त्याच्या अंगावरती केसांचं जंजाळ होतं .

" सरकार , ही तर माकडे आहेत . " मरुक हसतच म्हणाला .

' मरुक . ही माकडं नाहीत . माकडाची एक विकसित झालेली जमात आहे . " सरकार बोलला . " तर ठीक आहे . मरुक . . . . "

" जी सरकार , " मरुक म्हणाला .

" तू जाऊन त्या शेवटच्या मागच्या झोपडीवर आक्रमण कर . मी समोरून आक्रमण करतो . " सरकार योजना आखत म्हणाला . सरकार पुढे बोलणार इतक्यात..

"आक्रमण , " मरुक जोरात ओरडला .

तलवारी उपसल्या गेल्या , घोडी वाऱ्याच्या वेगाने धावत होती . सपासप आवाज येत होते . किंकाळ्या ऐकू येत होत्या .

त्या काळ्या पर्वतावरली जमात बेचिराक करुन टाकली होती . क्षणाचाही विलंब लागला नव्हता .

" अरे नको थांब , " सरकार रागात म्हणाला . एका पिशाच्चानं त्या माकडाचं नरडं तोडलं होतं आणि तो त्याचं रक्त पीत होता . काही कळायच्या आतच त्याचे डोळे फुटले आणि त्याच्या तोंडातून फेस बाहेर आला . ही माकडं पण पानाप्रमाणे विषारी होती .

' सरकार , " मरुकने तिथल्या एका माकडाला बांधून ओढत आणले होते .

' हा कोण आहे ? " सरकार , त्या माकडाकडे पाहत म्हणाला . त्या माकडाचं तोंड रक्तानं भरलं होतं . मरुकने त्याचं दात पाडलं होतं .

" हा इथला सरदार आहे . " मरुक म्हणाला .

" कशावरून ? " " तो स्वतःच म्हणतोय तसा " मरुकने प्रश्नाचं उत्तरं दिले . " अरे , भडव्या बोल , बोल माकडा . " मरुकने त्या माकडाच्या पोटात लाथ घातली .

ते माकड चु . . . . चु . . . . करत किंकाळलं आणि पुढे बोलू लागलं . " माझी वसाहत, माझं कुटुंब तुम्ही सगळ्यांना मारून टाकलं ? कोण आहात तुम्ही ? "

" अरे . . . . हे माकड तर बोलतंय ! " मरुक चेष्टेने म्हणाला . ' मला वाटलं या माकडांना किंकाळणं आणि चेकाळणंच माहिती आहे . "

"अरे, नीच माणसा, मला माणसाची भाषा बोलता येते. " ते माकड बोललं " आणि कोण आहात तुम्ही ? " ' आम्ही कोण आहोत ? माहिती नाही तुला . . . . " मरुक पुढे म्हणाला , " आम्ही राकस साम्राज्याचे पिशाच्च आहोत. "

" मग , मी पण या माकड साम्राज्याचा राजा आहे. " ते माकड उपहासानं बोललं. त्याला या लोकांच्यावर विश्वास वाटत नव्हता.

" चांगली गोष्ट आहे. एक असा राजा, ज्याचा जीव आपल्या तलवारीच्या टोकावरती अवलंबून आहे. " मरुक रागाने म्हणाला आणि त्याने तलवार उपसून त्या माकडाच्या नाकाला लावली होती.

" मरुक , नको , " सरकार म्हणाला.

' जी सरकार " असं म्हणून मरुकने तलवार पुन्हा म्यानात ठेवली आणि त्या माकडाच्या नाकावरती रक्ताचा ठिपका तयार झाला. " अरे , माकडा हे बघ तुझ्यासमोर खरोखरच राकस साम्राज्याचा राजा उभा आहे . "

" हे शक्य नाही. " माकड म्हणाले. ते डोळे मोठे करुन सरकारकडे पाहात होते.

' म्हणजे त्यांनी मला सांगितलेलं भविष्य खरं आहे तर . . . . " ते माकड तोंडातल्या तोंडात पुटपुटलं.

" तुझं नाव काय ? " सरकार म्हणाला.

' माझं नाव मार्कंड आहे आणि मी इथला राजा आहे. या वसाहतीचा मी सरदार आहे. ज्या वसाहतीची तुम्ही आता राख रांगोळी केलेली आहे. तुम्ही असं का केलं ? "

" आमचं कामच आहे ते , " मरुक म्हणाला. " आणि आम्हाला इथुन पुढे जायचं आहे. आम्हाला सांगता का तुम्ही इथून अमरोसीया नदी किती लांब आहे ? आणि तिथंपर्यंत कसं पोहोचायचं ? "

त्या माकडाचे डोळे पाणावले होते. त्याला त्याचा राग येत होता. " हूं . . . . . . तुम्ही तिथे कधीच पोहचू शकणार नाही. "

" का ? "

" का ? " मार्कंड गालातला गालात हसला. चिर . . . . चिर . . . . . असा फक्त आवाज येत होता. " समोर बघताय ना तो. . . . "

" तो काय ? " मरुक म्हणाला . " डोंगर " कोणीतरी बोललं " पहाड " परत कोणाचा तरी आवाज आला . " सूर्य . . . . " मरुक काहीतरी आठवून म्हणाला . " नाही . पिशाच्चांनो , ते अरण्य ." मार्कंड म्हणालं . ' अरण्य . . . . " मरुक बोलला .

" त्या अरण्यात काय आहे एवढं ? " कोणीतरी ओरडून म्हणालं . त्याच्या समोरचं एक कुंपण होतं आणि कुंपणाच्या पलिकडे पारंब्या असलेली झाडे दाटीवाटीने उभारली होती .

ते कुंपण जाळ्यांनी बनवले गेलं होतं . म्हणजे एखादा हिंस्त्र प्राणी ते कुंपण पार करुन येऊ शकत नव्हता एवढं उंच कुंपण होतं ते .

त्या कुंपणाकडेच बोट दाखवून मार्कंड म्हणाला , " तिथे त्यांची वसाहत आहे . " " त्यांची वसाहत म्हणजे ? " 'पारंब्यांची वसाहत म्हणा . "

" असं काय आहे त्या पारब्यांच्या वसाहतीमध्ये . " थोडा वेळ शांत राहून मार्कंड पुन्हा बोलू लागला " तेच तर मी तुम्हाला सांगण्याचा प्रयत्न करतोय . "

" काय सांगण्याचा प्रयत्न करताय तुम्ही ? " मरुक वैतागून बोलला . " तिथे पारब्यांचा देवता राहतो . "

' कोण ? " सरकार आश्चर्याने म्हणाला . तो घोड्यावरून उतरुन चालतच त्या मार्कंडजवळ गेला आणि त्याच्या डोळ्यामध्ये तो निरखून पाहात होता .

" पारब्यांचा देवता ! " नमस्काराची मुद्रा घेत मार्कंड राजा म्हणाला . तो त्या कुंपणाच्या पलीकडे जी झाडे होती त्यांना नमस्कार करत होता .

" मला कसं दिसलं नाही " राकसने ताबडतोब आपल्या झोळीतून नकाशा बाहेर काढला आणि त्यामध्ये तो पाहू लागला . त्यामध्ये पारंब्यांच्या नावाने कुठलीच वसाहत दिसत नव्हती .

" सरकार , हा जो सांगतोय ते मला खोटं वाटतंय . कारण या नकाशामध्ये याने सांगितलेली वसाहत तर दिसतच नाही . " मरुक त्या नकाशाकडे पाहात म्हणाला .

सरकारने त्या मार्कंडकडे एक कटाक्ष टाकला . त्याला कळाले आणि तो पुढे बोलू लागला " सरकार , मी खोटं नाही बोलत . "

" तू खोटारडा आहेस . '' मरुक म्हणाला . " नाही सरकार , माझ्यावरती विश्वास ठेवा . '' तो नतमस्तक होऊन बोलला .

" मार्कंड , तू म्हणतोयस ते जर खरं असेल तर मग नकाशामध्ये ती वसाहत का दिसत नाही ? '' सरकारने सरळ प्रश्न केला .

" सरकार , कसं दिसणार , कारण ती वसाहत कोणाला माहितीच नाही . '' मार्कंडने उत्तर दिले .

" का ? माहिती नाही . ''

" कारण जो कोणी त्या अरण्यामध्ये गेला तो कधी परत आलाच नाही . ते मृत्यूचं आरण्य आहे .'' घाबरतच मार्कंड बोलला .

" पण . . . . हे सर्व तू आम्हाला का सांगतोस ? '' सरकार म्हणाला . " कारण त्या परमेश्वराची इच्छा होती . '

" कोणाची ? ''

'' त्या वसाहतीची . ती वसाहत आमच्यासाठी देव आहे . आम्ही त्या पारंब्याच्या देवताची पुजा करतो हात जोडून. मार्कंड म्हणाला . आणि जोपर्यंत आमचा देवता इथे आहे . तोपर्यंत तुम्ही हे जंगल पार करु शकत नाही . ''

" कसा दिसतो ? तो तुमचा परमेश्वर . '' " माहिती नाही . " मार्कंड खरं बोलुन गेला . '' मी कधी पाहिला नाही . ''

" म्हणजे , ज्या देवाला तुम्ही कधी पाहिलंच नाही अशा देवाची तुम्ही पुजा करता ? हे कसं विचित्र वाटतय , हा कसला वेडेपणा '' सरकार म्हणाला .

कोणी काहीच बोललं नाही . पक्ष्यांचा किलबिलाट तेवढा ऐकू येत होता . मार्कंड आपली मान खाली घालून खिजल्यागत उभारला होता आणि अचानक काहीतरी आठवल्यासारखं तो बोलू लागला . ' मी . . . . देवाला कधी पाहिलं नाही पण मी माझ्या देवाशी बोलतो . "

'' तू बोलतोस ! कसं ? '' ' बोलतोस म्हणजे ! मी बोललो होतो , " तो मार्कंड बोलताना अडखळत होता . '' कधी ? '' सपाट प्रश्न आला .

" एके दिवशी म्हणजे त्याला फारच दिवस झाले असतील पण मला तो क्षण चांगलाच आठवतो . त्यादिवशी मी पुजा करण्यासाठी त्या कुंपणाजवळ गेलो होतो . "

" पुजा ! ' मरुक म्हणाला . " हो . मी दर पोर्णिमेच्या दिवशी माझ्या पारंब्याच्या देवताची पुजा करतो . "

" देवभोळी माकडं कुठली " . मरुक उपवासाने बोलला. पुढे बोल माकडा . " आणि मी पुजा करत असतानाच मला पानांची सळसळ ऐकू येऊ लागली . वारा नव्हता तरी पण ती पानं हलत होती . फांद्या मोडल्याचा आवाज आला . त्या आवाजाने मी पुरता भेदरलो आणि हात जोडून तिथेच उभा राहिलो आणि अचानक माझे कान वाजू लागले . मला मानवी आवाजाचा भास होऊ लागला . माझ्या आजूबाजूला कोणीच नव्हतं तरीपण मला आवाज आला आणि पानांचा सळसळाट त्या आवाजात जाणवत होता . "

" तो कोणाचा आवाज होता ? " " तो माझ्या देवाचा आवाज होता . त्या पारंब्याच्या देवतांचा होता . " " तो आवाज काय म्हणाला ? " " तो सावधानतेचा इशारा देत होता ! " " कसला ? "

' माझ्या देवाला सर्व माहित होतं . त्यांना भविष्य माहित होतं . त्यांना हेही समजलं होतं की , कोणीतरी राकस नावाचा राजा इथंपर्यंत येणार आहे आणि त्यांनी हे पण मला सांगितलं होतं की , मी माझी वसाहत सोडून दुर कुठेतरी निघुन जावं . ते पिशाच्च माझी वसाहत बेचिराख करून टाकणार आणि त्यांचं खरं झालं . मी माझ्या देवाचं ऐकलं नाही , मी इथुन गेलो नाही , मी माझ्या वसाहतीला घेऊन दूर जायला पाहिजे होतं . " मार्कंड स्वत:चाच राग राग करून घेत होता .

" तू का गेला नाहीस ? " मरुक म्हणाला . सगळं माहित असून या माणसानं वेड्यासारखं का केलं हे मरुकला जाणून घ्यायचं होतं .

" कारण ? मला वाटलं की , परमेश्वर आमची वसाहत वाचवतील . पण . . . . " मार्कंड गप्प झाला .

" त्यांना तुम्ही देव म्हणता तर त्या देवानं तुमची वसाहत का वाचवली नाही ? " मरुक म्हणाला .

'' कारण त्याची शक्ती फक्त कुंपणाच्या आतमध्येच आहे . '' सरकार हुशारीने बोलला .

" बरोबर . . . . '' मार्कंड बोलला . '' मला पण तसंच वाटतंय आणि याच कारणामुळे माझ्या देवाने मला इथून जायला सांगितलं होतं . त्यांचं आम्ही ऐकलं नाही आणि माझी वसाहत माझं कुटुंब तुम्ही ठार केलं . पण . . . ! ''

" पण काय ? '' मरुक मध्येच बोलला .

'' माझा देवता तुम्हाला सोडणार नाही . '' मार्कंड स्वत:चा राग त्या पिशाच्चावर काढत होता . त्याचा राग उफाळत होता . तो रागाने सरकारकडे पाहात होता .

'' पण तू जिवंत आहेस की अजून हे विसरू नकोस . '' मरुक म्हणाला . ' मी तुमच्या सर्वांचा जीव घ्यायला जिवंत आहे . " मार्कंड राजा नाक फुगवत म्हणाला . " अरे भडव्या , हा तर फारच बोलायला लागलाय . " मरुकने एक शिवी हासडली आणि आपली तलवार उपसली . सप् . . . सरशी आवाज होणार इतक्यात ! .

' थांबा . . . . '' मार्कंड बोलला . मरणाच्या भीतीने तो बेंबीच्या देठापासून ओरडला होता . " मला मारू नका . "

" का ? '' तलवार हवेतच धरून मरुक म्हणाला . " मी तुम्हाला घेऊन जाऊ शकतो . ''

"कुठे ? "

" नदीकडे ! तुम्हाला तिकडेच जायचं आहे ना , मी अमरोसीया नदीपर्यंत तुम्हाला नेऊ शकतो . ''

" कसं ? तू तर म्हणतोय हे आरण्य मृत्यूचं अरण्य आहे आणि या मृत्यूच्या अरण्यातून तू आम्हाला कसं नेऊ शकणार ? '' सरकार म्हणाला.

' महामहिम , मला दुसरा एक रस्ता माहित आहे . तुम्ही जर मला जिवंत सोडलं तर मी तुम्हाला आमरोसीया नदीपर्यंत घेऊन जाऊ शकतो . "

" खोटारडा , आम्ही तुझ्यावरती कसा विश्वास ठेवायचा ? '' मरुक संशयाने बोलला .

" महामहिम , मी तुमचा गुलाम आहे आणि तुम्हाला माझ्याबद्दल जरा जरी शंका वाटत असेल तर आता याक्षणी तुम्ही माझं मुंडकं उडवू शकता . " आपलं मस्तक जमिनीवरती टेकत मार्कंड बोलला "आणि मरणारा माणूस कधी खोटं बोलत नसतो . "

दूर कुठेतरी सुर्य डोंगराआड जात होता . अंधार पडायला चालू झालं होतं . हा काळोखाचा अंधार आपली चादर धरतीवरती फेकायला तयार झाला होता . " ठीक आहे . " सरकार त्या मार्कंडच्या डोळ्यात पाहून म्हणाला , " तू आम्हाला रस्ता दाखव .

" पण . . . . . सरकार . " मरुकला आश्चर्य वाटले होते . कारण पहिल्यांदाच सरकारने कुठल्यातरी परक्या माणसावर विश्वास ठेवला होता .

" मरुक , मला वाटतं या माणसावरती विश्वास ठेवायला तुझी काय हरकत नसेल ? " सरकार रागाने मरुककडे पाहात म्हणाला .

" काही हरकत नाही माझी . . . . " मरुक अडखळत बोलला . त्याला त्या मार्कंडवर विश्वास नव्हता .

" मग तर झालं . आता थोडी विश्रांती घेऊ आणि उद्या सकाळी पहाटेच्यावेळी आपण निघू . " सरकार आदेश दिल्यागत बोलला.

" जी सरकार , " मरुक म्हणाला . ' हूं . . . '' सरकार मरुककडे पाहत स्मित हास्य केलं " आणि मरुक या मार्कंडच्या बेड्या सोडा . "

' 'हो . . . . " असं म्हणून मरुकने त्या मार्कंडच्या बेड्या सोडल्या . त्याला हे बरोबर वाटत नव्हतं . पण नाईलाजाने त्याने त्या मार्कंडच्या बेड्या सोडल्या होत्या .

' धन्यवाद , सरकार . . . . " मार्कंड नतस्तक होऊन म्हणाला . तो आपले बांधलेले हात चोळत होता . त्याला आता मोकळं झाल्यासारखं वाटत होतं . " माझ्यावरती विश्वास दाखविल्याबद्दल मी आपला आभारी आहे . "

त्या मार्कंडने आपले नाक जमिनीला टेकले होते . तो मनातल्या मनात हसत होता . कारण त्याने एक बेत आखला होता आणि त्याला राकस राजावर सूड उगवायची संधी आयती चालून आली होती .

त्याचा बेत जर कामी आला तर राकसच काय, त्याचं सर्व सैन्य जमीनदोस्त होणार होतं . ते सर्वजण मातीत गाडले जाणार होते आणि अचानकच त्यानं कुठेतरी काहीतरी वाचलेलं आठवलं .

शक्तीपेक्षा युक्ती नेहमी श्रेष्ठ असते .

8

मृत्यूच अरण्य

पारंब्याची वसाहत

" पाणी . . . . पाणी . . . . " मुन आजारी वाटत होती . तिचा आवाज
कापत होता .

दिवस उजाडला तो सरकारचा काफिला बाहेर पडला होता . आणि
आता सूर्य डोक्यावर आला होता . तो काफिला बराच वेळ झाल चालतच
होता . घडीभर सुध्दा विश्रांती त्यांनी घेतली नव्हती .

तो काफिला आता छोट्या काटेरी असलेल्या झुडपातून चालत होता
. ती झुडपे तीन फूट तरी उंच होती . चालताना त्या झाडाची काटे पायांना
टोचत होती . आणि त्या काटेरी झाडांना छोटी छोटी लाल रंगाची भरलेली
फळे लागली होती . ती फळे इतकी आकर्षक होती की , ती तोंडात
घालायची इच्छा व्हायची . पण ती फळे खाणं घातकी होतं . कारण ती
फळे विषारी होती .

" मुन काय झालं ? '' सरकार घोड्यावरून उतरून मुनच्या जवळ
आला . मुन पालखीत आडवी झोपली होती . त्या पालखीच्या झुंबराची
सावली तिच्या तोंडावरती पडली होती आणि तिच्या पोटामध्ये कळा
मारत होत्या . तिच्या घशाला कोरड पडली होती आणि ती कणत होती .
तिच्या तोंडामधून अस्पष्ट असे शब्द बाहेर पडत होते .

" पाणी . . . . प्रकाश . . . सू . . . .र्य . . . '' असं काहीतरी ती बरळत
होती . आणि ती आकडी आल्यासारखी करत होती .

" मरूक . . . . " सरकार मोठ्याने ओरडला .

" जी सरकार , " तो काफिला अचानक थांबला होता . सर्वांचं लक्ष सरकारवर होतं आणि मरूकचं पण .

" रक्ताची पिशवी आण , लवकर , " सरकार मुनची नाडी तपासत म्हणाला .

" नाही ! " .

'' नाही म्हणजे ? '' सरकार रागात बोलून गेला .

"आपल्या जवळचं रक्त केव्हाच संपलय , जहाजामध्ये असतानाच '' मरुक खरं बोलून गेला .

" अरे पण मी तुला एक पिशवी ठेवायला सांगितली होती . आणि तुला हेही सांगितल होतं की , काहीही झाल , तरी ती रक्ताची पिशवी पिऊ नको . " सरकार बोलला .

" मी ठेवलेली . . . . पिशवी . '' मरुक चाचपडत बोलला . " ठेवलेली , मग ती पिशवी कुठे आहे ? '' प्यायली . ''अरे नीच माणसा , तू ती प्यायलास . '' सरकार चिडून आणि हताश होऊन गप्प झाला .

" सरकार मी रक्त नाही प्यायलो , " मरूक डोळे बारीक करून म्हणला . '' मग, कोणी पिल ? '' " महाराणी . " '' मुनने रक्त पिले ? "

" हो सरकार , तुम्ही दिलेली रक्ताची पिशवी मी जपून ठेवली होती . पण महाराणींनी ती पिशवी मागितली . "

" आणि तू तिला दिलीस . ''

" हो सरकार , कारण त्यांनी मला सांगितलं की , सांगितलं कुठलं , आदेश दिला की , ती पिशवी तुम्हाला हवी आहे .आणि तुम्ही ती मागितली आहे . आणि म्हणून ताबडतोब मी त्यांना देऊन टाकली आणि ती शेवटचीच पिशवी आपल्याकडे शिल्लक होती . ''

" तू विचित्र आहेस . ''

" का ? सरकार , तुम्ही ती पिशवी मागितली नव्हती ? '' मरूक बोलला .

" कधीच नाही , सरकार भीतीने म्हणाला . त्याचा आवाज कंप पावत होता . तो पहिल्यांदा कशाला तरी भित होता . तो सारखी सारखी मुनची नाडी तपासत होता . आणि त्याच्या कपाळावरच्या आठ्या वाढतच

होत्या . कारण जर मुनला लवकरात लवकर पाणी किंवा रक्त मिळालं नाही तर , ती कदाचित मरेल याची भीती सरकारला वाटत होती . तिला पाण्याची अत्यंत गरज होती .

त्याच्या आजू बाजूला पाणी होतं पण ते विषारी होतं . " मरूक माझी झोळी घेऊन ये . '' सरकार काहीतरी आठवत म्हणाला . " लवकर . " " हे घ्या , ' क्षणाचाही विलंब न लावता मरूकने ती झोळी सरकार समोर धरली .

" अरे माझ्याकडे काय बघतोयस ? " त्यामधली शिशी बाहेर काढ . आदेश दिल्याप्रमाणे सरकार म्हणाला .

शिशी ? मरुक प्रश्नार्थी नजरेने स्तब्ध उभा होता . त्याने हा शब्द पहिल्यांदाच ऐकला होता . तुला शिशी कशी असते माहिती नाही ? सरकारला फारच घाई लागली होती . त्याने ती झोळी ताबडतोब मरूकच्या हातामधून हिसकावून घेतली आणि त्यामधून एक छोटीशी बाटली बाहेर काढली . ती दिसायला अत्तराच्या बाटली सारखी होती .

" मुन तोंड उघड . '' सरकारने त्या शिशीचं टोपण काढून त्या बाटलीमधले द्रवाचे दोन थेंब मुनच्या ओठावरती सोडले .

मुनच्या डोळ्यावरती आता अंधार दाटत होता . तिच्या पोटात आगीचा डोंब उठत होता .

" जीभ बाहेर काढ. '' सरकार प्रेमाने म्हणाला आणि कण्हतच मुनने हळूहळू आपली जीभ बाहेर काढली ती पांढरी पक्कड जीभ बघून सरकार जास्त घाबरला . कारण माणूस मेल्यानंतर त्याची जीभ जशी दिसते . तसा तिचा रंग झाला होता. सरकारने ताबडतोब त्या शिशीमधले द्रव्याचे दोन थेंब मुनच्या जिभेवर सोडले .

'' मुन , आता कसं वाटतंय ? '' थोडा वेळ थांबून सरकार म्हणाला .

" ह . . . . आता जरासं बरं वाटतंय . '' मुनचा अशक्तपणा हळूहळू निघून जात होता . ती जिबळ्या चाटतच बोलली होती . त्या औषधाचा परिणाम झाला होता .

ते औषध आपल काम काम चोख बजावत होत .

" तू उठू नको , झोपून राहा . '' मुन उठण्याचा प्रयत्न करत होती. पण सरकारने तिला परत झोपविले . '' हे तुझ्या जवळ ठेव . त्याने ती शिशी

मुनकडे दिली आणि तो पुढे म्हणाला , " दर दोन तासाला ह्यामधले दोन थेंब जीभेवरती सोड . " हू . . . "

" हो . पण . . . " मुन एवढेच बोलली आणि तिने आपले डोळे मिटले .

" पण काय? बोल मुन . " सरकार म्हणाला , " इथे आता थांबूया . " मुन खोटं बोलून गेली . तिला सरकारला काहीतरी सांगायचं होतं . तिला काहीतरी दिसलं होतं . तिन कसलं तरी स्वप्न पाहिलं होतं . तिला स्वप्नामध्ये सूर्य दिसला होता . आणि ती सूर्याच्या फारच जवळ होती . त्या सूर्याच्या प्रकाशाच्या तेजाने ती जळत होती . आणि महत्त्वाचं म्हणजे तो सूर्य तिला काहीतरी सांगण्याचा प्रयत्न करत होता .

" मार्कंड , अजून नदी किती लांब आहे ? " सरकार म्हणला .

" महामहीम ही काय ? नजीकच आहे . " मार्कंड नतमस्तक होऊन म्हणाला . त्याला मनोमन आनंदाच्या उकळ्या फुटत होत्या . एका अर्थी त्याच्या मनासारख घडत होत पण तो दुःखी असल्याचा आव आणत होता .

" जवळच म्हणजे ? अरे , माकडा सकाळपासून हेच ऐकतोय मी ." मरूक रागाने म्हणाला .

" महामहीम , हा समोरचा दिसणारा डोंगर पार केला की , आपण नदीच्या जवळच पोहोचू . " मार्कंड म्हणाला . तो आजारी असल्यागत बोलत होता . त्याला ह्याची काळजी वाटत होती . असे तो दाखवून देत होता आणि त्याच्याकडे पाहिल्या नंतर अस वाटत होत की , त्यानं नाटक चांगलं वटवलं होतं . " हा डोंगर पार केला की , तुम्ही नरकातच पोहोचणार " , तो तोंडातल्या तोंडात पुटपुटला .

" काय म्हणालास ? " मरूकने त्याच पुटपुटणं ऐकलं होतं . पण त्याला त्याचं बोलणं स्पष्ट ऐकू आलं नव्हतं .

" मी . . . . मी कुठे काय म्हणालो ? " मार्कंड म्हणाला . तो घाबरला होता . " तू काहीतरी पुटपुटलास . "

' अर्र ऽऽ ऽऽ ऽऽ हा काहीतरी आठवलं . . . " मार्कंड बोलायला लागला . " मी म्हणालो की , आपण आता निघायला हवं इथून . नजीकच तर नदी आहे . " तो हात उंचावून बोलला .

" नाही . आपण थोडी विश्रांती घेऊ आणि उद्या सकाळी निघू . '' सरकार मुनकडे पाहात म्हणाला .

" सरकार आता तर सूर्य डोक्यावर आहे . आपण सूर्य मावळूस्तोवर नदी पर्यंत पोहोचू . '' मार्कड बोलला .

" नाही म्हटलेलं तुला समजत कसं नाही रे माकडा . . . '' मरूक चिडून म्हणाला .

" पण. . . . '' मार्कड काहीतरी बोलणार होता . त्याला लवकरात लवकर ही ब्याद मरावी असे वाटत होतं . " जशी आपली आज्ञा सरकार '' तो आता या क्षणाला वेगळंच काहीतरी बोलून गेला .

काही प्रहरानंतर त्या अरण्यामध्ये तंबू दिसत होते . ते तंबू दाटीवाटीने मारले गेले होते . आणि त्या बरोबर मधोमध एक झेंडा फडफडत होता . ते राकस साम्राज्याचं निशाण होतं. त्या झेंडा वरती स्वस्तिकासारख लाल रंगाचं चित्र गोंदलं होतं आणि दूर कुठेतरी वरती आकाशामध्ये पूर्ण चंद्र दिमा खात उभा होता .

रात्रीच्या अंधारामध्ये त्या चंद्राच्या प्रकाशाने ते तंबू स्पष्ट दिसत होते . एका काळ्या पठारावरती सरकारने तंबू मारले होते . तंबूमध्ये असणाऱ्या कंदिलाचा सोनेरी प्रकाश त्या तंबूच्या दरवाजा मधून बाहेर ओसरत होता .

आणि तोच प्रकाश त्या तूंपासून दुर असलेल्या पठाराच्या शेवटच्या टोकावर असलेल्या एका काळ्या आकृतीवर पडला होता .

तिथं कोणीतरी मांडी घालून बसलं होतं ती कोणीतरी व्यक्ती होती. आणि त्या व्यक्तीच्या डोक्यावर असलेला चंद्र प्रकाश फेकत होता आणि त्या बसलेल्या इसमाच्या समोर गर्द काळी झाडी दिसत होती .

वाऱ्याच्या झुळकीने त्या झाडाची पानं सळसळत होती .

तो मांडी घालून बसलेला इसम कसली तरी प्रार्थना करत होता . त्याने आपले डोळे झाकले होते आणि आपल्या छातीवर दोन्ही हात ठेवले होते . नमस्काराच्या मुद्रेत तो काहीतरी बडबडत होता . त्याचा आवाज विद्रुप पध्दतीने बाहेर पडत हो ता . तो म्हणत होता .

" हे पारंब्याच्या देवता , तू माझं रक्षण कर आणि तू माझ्या शत्रूचा नायनाट कर . '' तो इसम शांत झाला आणि पुन्हा पान सळसळण्याचा

आवाज झाला .

" नाही आता नको , मी त्यांना तुझ्या जवळ घेऊन येतो . " पानाची सळसळ थांबल्यावर तो पुन्हा बोलला .

दूर कुठेतरी जोरात काही तुटल्याचा आवाज झाला .

" हे पारब्यांच्या देवता , तू आता शांत रहा . जर ह्यांना तुझी भणक जरी लागली तर ! . . . तर शिकार आपल्या हातामधून निसटून जाईल . त्यामुळे आपण शांत रहा . " तो इसम तालीत बोलत होता .

" शांत राहा ? " कोणीतरी दुसरी व्यक्ती बोलली . " मार्कड तू कोणाशी बोलतोयस ? "

तो मांडी घालून बसलेला इसम दचकला . त्याने आपले डोळे उघडले होते आणि तो डोळे मोठे करूनच म्हणाला " सरकार , ह्या मार्कड राजाचं आपणास वंदन असावं . "

' मार्कड , शांत रहा कोणाला म्हणालास ? " सरकार भुवया उंचावून म्हणाला .

सर्वजण तंबूमध्ये गाढ झोपले होते आणि सरकारला झोप पडत नव्हती , म्हणून तो बाहेर शतपावली करण्यासाठी आला होता आणि त्याला दूर पठाराच्या टोकाला एक काळी आकृती दिसली होती आणि ती काळी आकृती कोणाची आहे . हे पाहण्यासाठी तो इथे आला होता . " सरकार , म्हणजे मी प्रार्थना करत होतो . मी कोणाशी बोलत नव्हतो . " मार्कड बोलला . तो अध्यात्मिक असल्याचा आव आणत होता .

" काय ? कसली ? आणि ही प्रार्थना काय भानगड आहे ? " सरकारने प्रार्थना हा शब्द पहिल्यांदाच ऐकला होता . कारण त्याच्या साम्राज्यामध्ये देवाचीच काय , कोणत्याच माणसाची , मूर्तीची किंवा निसर्गाची पूजा केली जात नव्हती . ह्याची जातच नास्तीक होती . त्यामुळे प्रार्थनेचा प्रश्नच येत नव्हता . सरकारसाठी आपल्या लोकांवर असलेलं प्रेमच परमेश्वर होता .

प्रार्थना म्हणजे स्वसूचना आणि मी मनातल्या विचारांना शांत ठेवण्याचा प्रयत्न करत होतो . त्यान चक्क खोटं ठोकून दिल .

दूर कुठेतरी पाने सळसळणारा आणि फांद्या मोडण्याचा आवाज झाला .

" आवाज कसला झाला ? काय आहे तिथे ? " सरकार दूर बोट करून म्हणाला .

" काही नाही सरकार . एखादा पक्षी असेल . " मार्कडने पुन्हा एक मोठी थाप मारली. कारण माहिती होत की तिथं नेमक काय आहे ? तिथे पक्षीबिक्षी असं काय नव्हतं . खरं तर तिथे या काफिल्याचा मृत्यू होता .

" बर . . . . " सरकार कसल्या तरी वेगळ्याच विचारात गडला .

" सरकार एक प्रश्न विचारू . " पानांची सळसळ थांबल्यावरती मार्कड म्हणाला .

' विचार " सरकार समोरचा चंद्र पाहण्यात मग्न होता . त्या चंद्राचा प्रकाश त्याच्या चेहऱ्यावरती पडला होता आणि त्याचा चेहरा त्या प्रकाशाने न्हाऊन निघत होता .

" मी असं ऐकलय की , तुमची जमात रक्त पिते ? " आणि " मी सकाळी पाहिलं की , तुम्ही मरूककडे रक्त मागत होता " . मार्कड चाचरत म्हणाला . त्यानं रक्त पिणारी जमात पहिल्यांदा पाहिली होती . त्याला त्या विचारानेच शिसारी मारत होती .

" हो आणि फक्त रक्तच नाही तर पाणी सुध्दा पितो " सरकार थोडा थांबून म्हणाला . " आणि मांस , प्राण्याचं किंवा कोणत्याही जातीचं . . . " मार्कड ताबडतोब बोलून गेला . " हो कोणत्याही जातीचं आणि प्राण्याचंसुध्दा ." सरकार बोलला .

" आश्चर्य आहे . " मार्कड आश्चर्याने बोलला . पण ह्यात आश्चर्य वाटण्यासारखं काहीच नव्हत . कारण ह्या माकडासारखा दिसणाऱ्या जमातीला बाहेरचं जग माहितीच नव्हतं .

' आश्चर्य , ह्यात आश्चर्य वाटण्यासारखं काय आहे ? आमचं अन्नच आहे ते , " सरकार म्हणाला .

" पण मांस खाणं पाप असतं . " मार्कड भित भित बोलला . ' का ? " सरकारने मार्कडकडे एक कटाक्ष टाकला . " कारण . . आपण . . . . " मार्कड गप्प झाला . ' अरे बोल . "

" कारण . . . आपण . . . प्राण्याची हत्या करतो . त्याचा जीव घेतो आणि आपली भूक भागवतो . हे फारच भयानक आहे . " मार्कड बोलला

.

" खरं आहे तुझं. पण . . . तुम्ही तर काय वेगळं करताय . तुम्ही पण जीव घेऊनच आपलं पोट भरताय . '' सरकार काहीतरी आठवत बोलला .

" सरकार, तुमचा काहीतरी गैर समज होतोय , आम्ही फळे आणि पान खाणारी जमात आहे . ''

'' ते सगळं खरं आहे . पण फळामध्ये आणि पानामध्येसुध्दा जीव असतोच ना ? '' सरकार म्हणाला .

" हो . "

'' मग . . . तुम्ही सुध्दा नरभक्षी झाला की ,'' सरकार हसतच म्हणाला . " भले ते जीव आपल्याला दिसे वा ना दिसे . ''

" हु . . . . '' एवढंच बोलून मार्कंड शांत झाला .

" या जगामध्ये अशा काही गोष्टी असू शकतात , ज्या गोष्टीचा आपण विचार पण कधी केलेला नसतो . '' सरकार भुवया उंचावून म्हणाला .

" बरोबर आहे तुमचं , ही जगाची रीतच आहे . एकाला जगायच असेल तर दुसऱ्याला मारावच लागेल . '' मार्कंड आता खर काय ते बोलून गेला .

'' आता कसं बरोबर बोललास . '' सरकार खूश होत म्हणाला . दूर कठेतरी फांद्या काडकन मोडल्याचा आवाज झाला .

" सरकार '' मार्कंडने आपल्याकडे लक्ष वेधण्यासाठी हाक मारली . ' मी एक विनंती केली तर चालेल काय ? '

" कसली ? ''

" तुमच्या पत्नी आजारी आहेत ? त्यांना आता रक्ताची अत्यंत गरज आहे . तर तुम्हाला मी विनंती करतो की , तुम्ही माझं रक्त घ्या आणि त्यांना प्यायला द्या ," मार्कंड सरकारच्या पाया पडत म्हणाला . त्याचं हे सार कुभांड चाललेलं होतं . मासा गळाला लागण्यासाठी तो खाद्य पुरवत होता .

' मार्कंड , उठा तुमच्या या सद्भावनाबद्दल मी तुमचा आभारी आहे . '' सरकार त्याला आपल्या पायातून उठवत म्हणाला . त्याने त्याचे खांदे आपुलकीने पकडले होते. '' पण तुमचं रक्त आमच्यासाठी विषारी आहे

. ''

" विषारी आहे ? '' मार्कंड म्हणाला , '' ते कसं ? ''

" सरकार , " मरूकचा आवाज ऐकून मार्कंड गप्प झाला . मरूक धावतच सरकारच्या दिशेने येत होता . तो घाबरला होता . तेवढ्यातच मरूक धावत पळतच सरकारजवळ आला .

' सरकार , चला लवकर '' '' अरे काय झालं ? '' '' मुन . . . . '' आ वासून मरूक बोलला . " मुन . . . . काय झाल ? '' '' ती काहीतरी विचित्र बरळत आहे . '' ' म्हणजे ? '' '' तुम्ही चला तर पहिलं . '' '' हो , चल लवकर .'' सरकार मोठमोठ्या ढेंगा टाकतच म्हणाला .

एका निर्वाण पोकळीमध्ये मुन उभी होती . तिला चारी बाजूला अंधारच अंधार दिसत होता आणि त्या अंधारातून ती एका अस्पष्ट अशा दिसणाऱ्या तेजस्वी बिंदूपाशी वेगाने जात होती .

तिला तो बिंदू आपल्याकडे खेचून घेत होता आणि त्यामुळे तो बिंदू मोठा मोठा होत आहे . असं जाणवत होत. ती त्या अंधारामध्ये पुढे - पुढे जात होती आणि काही सेकंदातच ती एका जागी स्थिर झाली .

आता तिच्या समोरचा तो बिंदू आता बिंदू राहिला नव्हता . तो एक तळपता मोठा गोळा होता आणि तो गोळा सूर्यासारखा दिसायला होता आणि त्या सूर्यासमोर मुन उभी होती अंतराळीच .

तिच्या घशाला कोरड पडली होती . तिचा घसा सुकून गेला होता . तिला पाणी हवं होतं .

सूर्याचा प्रकाश , धगधगता पांढरा प्रकाश तेजस्वी असा . त्या तेजस्वी प्रकाशाने मुनची चामडी जळत होती . चट . . . . चट . . . . असा जळणारा आवाज तिथे येत होता आणि भरीत भर त्या जळणाऱ्या चामडीचा वास तिच्या नाकामध्ये इच्छा नसून सुध्दा घुसत होता . ती ओरडण्याचा प्रयत्नकरत होती . पण तिच्या तोंडातून आवाज बाहेर पडत नव्हता .

आता तो सूर्या सारखा दिसणारा गोळा हळु हळु मोठा होत चालला होता . तो तिला गिळंकृत करत होता . तिला आता आवाजाचे भास होऊ लागले होते . तो सूर्य तिला काहीतरी सांगण्याचा प्रयत्न करत होता . त्या गोळ्यातून मानवी आवाज बाहेर पडत होता . पण तो आवाज अस्पष्ट

होता .

आणि अचानकच तो आवाज मोठा झाला आणि त्या आवाजाबरोबरच त्या सूर्या सारख्या दिसणाऱ्या गोळ्याचा मोठा स्फोट झाला . शंभर एक अणुबॉम्ब एकाच वेळी फुटावे तसा , बघताच क्षणी पांढरा शुभ्र असा प्रकाश त्या निर्वाण पोकळीत दूरपर्यंत पसरला आणि काही सेकंदामध्ये सर्वत्र अंधार झाला .

स्फोट झाल्यावर मुनने आपले डोळे बंद केले होते . तिला काहीच समजत नव्हतं की , हे सर्व काय चाललंय ? कदाचित हे तिचं एक वाईट स्वप्न असेल , असा तिनं अंदाज बांधला होता .

आणि जर हे स्वप्न असेल तर हे विचित्र स्वप्न लवकरात लवकर संपावं , असं तिला वाटत होतं .

तेवढ्यात , दुरून कुठून तरी तिला कोणाचा तरी आवाज ऐकू आला . तिला कोणीतरी हाका मारत होतं . तो आवाज मोठा होत होता . तिच्या जवळ ती व्यक्ती येत होती असं आवाजावरून वाटत होतं . पांढरा सदरा घातलेली ती व्यक्ती मुनच्या जवळ येऊन थांबली . तो सरकार होता आणि तो तिला उठायला सांगत होता तो तिला डोळे उघडायला सांगत होता .

" मुन . . . मुन . . . डोळे उघड , " सरकार तिच्या गालावरती चापड मारत होता .

" ह . . . . पा णी . . . . " किंचितसा पुसटसा आवाज झाला . ती हलकेच डोळे उघडण्याचा प्रयत्न करत होती . तिला जाणवल की , ती जंगलामध्ये आहे .

ती घामाघुम झाली होती . " काय बोललीस ? " सरकार बोलला . " पाणी ". . . . मनातल्या मनात मुन म्हणाली .

" अरे , मला कोणी सांगेल का ही नदी अजून किती लांब आहे ? " सरकार जवळ जवळ ओरडलाच होता .

" हे जंगल पार केलं की , आलीच नदी , " मार्कड पुढे येऊन म्हणाला . " आपल्याला ताबडतोब जायला हव . इथून थोड्याच अंतरावरती नदी आहे . "

" चला तर मग , " सरकार ताबडतोब बोलला तो चालत चालत जाऊन घोड्यावरती चढला होता आणि थोडा वेळ विचार करून तो पुढे म्हणाला . ' मार्कड तुम्ही आम्हाला रस्ता दाखवा आणि सर्व सेनापती माझ्या बरोबर चला . " आणि सरकारनं असं म्हटल्यावरती सात पिशाच्च घोडी घेऊन ताबडतोब सरकारच्या मागे उभारली .

" मरूक तु कुठे येतोयस ? " सरकार म्हणाला . " मी तर फक्त सेनापतींना बोलवलं होतं . "

" हो सरकार , ऐकलं मी . पण . . . . " मरूक म्हणाला " पण काय ? "
" नाही तू नाही यायचंस . " का ? "

" तुला . . . . " " हे बघ तुला मुनजवळ थांबलं पाहिजे आणि कृपा करून . . . . " सरकार भावूक झाला होता .

" नाही , हवं तर मी पाणी घेऊन येतो . आपण महाराणी जवळ थांबावं . "

" नाही , सरकार " मध्येच मार्कड बोलला . असं जर झालं तर त्याच्या योजनेचा पचका उडल्याशिवाय राहणार नाही .

' का ? " मरूक दात इचकून बोलला .

" कारण हे जंगल संकटांनी भरलेलं आहे आणि असं भयानक जंगल फक्त सरकारच पार करू शकतात आणि मी काय चुकीचं बोलत नाही . " मर्कड नतमस्तक होऊन म्हणाला .

" अरे भडव्या , तुला म्हणायच काय आहे " मरूक रागाने बोलला .

" थांब मरूक , आपल्याला भांडून चालणार नाही आणि आधीच बोलण्यामध्ये भरपूर वेळ वाया गेलाय आणि तू गेलास काय आणि मी गेलो काय ? पाणी आणणं महत्त्वाचं . हे बघ . मी ताबडतोब जातो आणि पाणी घेऊन येतो . तू मुनची काळजी घे . " सरकार म्हणाला.

" पण सरकार मी ..."

" हा आदेश आहे असं समज ." सरकार बोलला "आणि हे घे ही झोळी. मी परत येऊस्तोवर तुझ्या जवळ ठेव."

"हो सरकार." मार्कडने ती झोळी आपल्याजवळ घेतली.

"चला रे. असे म्हणून सरकारने घोड्याला टाच मारली. त्याच्या समोर घनदाट असं जंगल होत.

त्या कीर कीर... किड्यांचा आवाज येत होता. हे अस जंगल होत तिथे एकही हिंस्त्र प्राणी नव्हता आणि ही आश्चर्याची गोष्ट होती.

आणि याच आश्चर्य वाटणाऱ्या जंगलातून मार्कंड आणि सरकारचे सेनापती चालले होते.

"सरकार मला वाटत आपल्याला घोडी इथेच सोडावी लागतील.'' मार्कंड घोड्यावरून खाली उतरला होता. ह्या घोड्यांचा कसला त्रास त्याला होत होता देव जाणे.

पण जंगलातील झाडी वाढतच चालली होती आणि त्यामुळे घोड्याला पुढे सरकणे अवघड होत होते.

"ठीक आहे. इथुन पुढे आपण चालत जाऊ." असं म्हणून सरकारन घोड्यावरून खाली उडी मारली. त्याने घोडा सोडून दिला आणि आपल्या केसांवरती तो हात फिरवत होता आणि सोडल्याबरोबरच तो घोडा आल्या वाटेने परत गेला.

शेवटी सर्वांनी घोडी तिथेच सोडून चालत जाण्याचा निश्चय केला.

काही वेळ चालल्यानंतर त्यांना पानांचा आवाज ऐकू येऊ लागला होता आणि आश्चर्य म्हणजे वारा नसतानासुध्दा पान सळसळत होती.

धप.. असा कसला तरी आवाज झाला आणि त्या आवाजाबरोबर काही तुटल्याचा पण आवाज येत होता.

''कसला आवाज झाला?'' सरकार म्हणाला. पुन्हा कुठेतरी दूर वर काहीतरी घासत येत आहे. असा आवाज जाणवला, तो आवाज त्याच्या जवळ येत होता. एका क्षणी तो मोठा झाला आणि हळूहळू कमी झाला. तो घासण्याचा आवाज नाहीसा होतो न होतो तोवर कोणीतरी जोरात किंकाळलं.

''कोण?'' सरकारने त्या किंकाळीच्या दिशेने आपली मान फिरवली. त्या जागी भयानक असं दृश्य होतं.

तिथे एका माणसाचं शरीर लोंबकळत होतं. आणि त्या माणसाच्या छातीमधून अणकुचिदार अशी फांदी बाहेर आली होती. त्या फांदीतून रक्त टिपकत होतं. त्या माणसाची जीभ बाहेर लोंबकळत होती आणि तो माणूस दुसरा तिसरा कोणी नसून सरकारचा एक सेनापती होती.

बघता बघता आता तिथली झाडे हलू लागली होती. ती झाडे आता सामान्य झाडं वाटत नव्हती. कारण त्या झाडांना पारंब्या फुटत होत्या. वेगवेगळ्या विचित्र दिसणाऱ्या चिळबाट अश्या फांद्या फुटत होत्या. दोऱ्या असल्याप्रमाणे वेली इकडून तिकडे हलत होत्या आणि भरीत भर चिखलांनी माखलेली मुळे जमिनीतून वर येत होती. भयाण अश्या किंकाळ्या ऐकू येत होत्या. ती झाडे सरकारच्या सेनापतीना जमिनीच्या खोल अंधारात घेऊन जात होती.

आणि हे सर्व दृश्य बघून सरकारला कळून चुकलं होतं की, ह्या मार्कडने आपला विश्वासघात केलाय.

त्याने आपला डाव साधला होता.

"अरे नराधमा, तू आम्हाला फसवलंस.'' सरकार तलवार उपसून वेगाने मार्कडकडे धावला. पण एक पारंबीवरून कुठून तरी आली आणि त्याची तलवार घेऊन गेली. तरीपण सरकार थांबला नाही. त्यानं रौद्ररूप धारण केले होते. जबडा उघडून त्याने मार्कडवरती उडी मारली. पण तो मार्कडपर्यंत पोहोचू शकला नाही. कारण हवेतूनच पारंब्यांनी त्याला पकडलं होतं त्याला हलता येईना.

सरकार अंतराळीच लटकत होता. "मी नाही फसवलं." मार्कड मान वरती करून म्हणाला. "ह ...'' सरकार रागाने जोरात श्वास घेत होता.

''त्यांनी मला सांगितलं ते मी केलं. त्यांचा आदेश होता. मार्कड परत मान वरती करून म्हणाला. तो बोलताना सरकारच्या डोळ्यामध्ये पाहात होता ते रागाने लालभडक झाले होते.

''कोणी? जोरात श्वास घेऊन सरकार म्हणाला तो त्या पारब्यांच्या कचाट्यातून सुटण्याचा प्रयत्न करत होता.

"कोणी म्हणजे? पारब्यांच्या देवतांन आणि ते बघा ते आपल्याला दर्शन देत आहेत. आपण भाग्यवान आहात की, आपल्याला देवाचं दर्शन घडतंय.''

सरकारनं समोर पाहिलं तिथे फांद्याला फांद्या आणि बुंध्याला बुंधा चिकटत होता. दोन झाडे एकमेकांमध्ये विलीन होत होती आणि अशी दोनाची चार, चाराची पाच झाडं एकमेकामध्ये विलीन झाली.

आणि काही क्षणातच त्यांचं विलीन होण थांबलं आणि बघताच क्षणी तिथं एक मोठा वृक्ष तयार झाला. त्या वृक्षाला चारी बाजूंनी पारब्यांनी वेढलं होतं.

"मार्कंड, वा! अखेर तू छान काम केलंस," पानं सळसळली आणि तो आवाज त्या मोठ्या वृक्षामधून बाहेर पडतोय असं वाटत होतं.

"हे महान पारंब्याच्या देवता, मी आपल्या सेवेसाठी केव्हाही तयार आहे." मार्कंडने त्या वृक्षासमोर लोटांगण घातल होत.

"तुझं काम झालं. तू आता जाऊ शकतोस." पुन्हा पानं सळसळणारा आवाज झाला.

"नमस्कार असो, हे महान अशा पारंब्याच्या देवता," मुजरा करून मार्कंड तिथुन निघुन गेला.

'ह.. तर सरकार म्हणतात तो तुच का?" मार्कंड जंगलामध्ये दिसेनासा झाल्यानंतर पारंब्याचा देवता बोलला.

"होय, मीच सरकार आहे." तो स्वत:ला सोडविण्याचा प्रयत्न करत होता.

'बरं .. मग मला सांग, तु हा खेळ का मांडलास? का सर्व जमातीचा नाश करत सुटलायस?" पारंब्याच्या देवताने प्रश्न केला.

"मी तुला ह्या प्रश्नाचं उत्तर देण्यात बांधील नाही आणि माझा तुमच्या जमातीशी काहीही देणेघेणे नाही आणि आमचं तुमच्याशी वैर नाही. तुम्ही आम्हाला पुढे जाऊ द्या." सरकारने आपलं डोके किंचितस वाकवलं होतं. तो नतमस्तक होत होता आणि तो पहिल्यांदाच कोणाच्या तरी समोर नतमस्तक होत होता.

"मी आणि तुला पुढे जाऊ देऊ म्हणजे तू पुढे जाऊन रक्ताचा खेळ मांडणार आणि भोळ्या भाबड्या लोकांची हत्या करायला मोकळा, त्यात काही शंका नाही." सळसळणारा आवाज होता

'हु ... आणि उद्या जाऊन तीच भोळी भाबडी लोक तुमच्या जंगलाचा विनाश करतील आणि हे तुम्ही थांबवू शकणार नाही. कारण ही लोक भविष्यामध्ये जंगल तोडुन मोठमोठ्या सिमेंटची इमारती बांधतील." सरकार म्हणाला.

'असं कधी होणार नाही" तो वृक्ष बोलला.

"माझं ऐका, मी म्हणतो तसंच होणार. ही भोळी माणसं वाटतं तितकी भोळी नाहीत. ती काळानुसार बदलणार आणि स्वत:च्या स्वार्थासाठी जाती,पाती, धर्म निर्माण करणार आणि यांचं हे एवढयावरती भागणार नाही. ही लोकं धर्माच्या नावाखाली युध्दे घडवून आणतील. लोकांच बळी घेतील आणि यांना लवकरात लवकर थांबवलं पाहीजे. तुम्ही मला साथ द्या. आपण मिळून एक वेगळं जग निर्माण करू."

__ "लोकांच्या रक्ताचा खेळ मांडून कसलं वेगळं जग निर्माण करणार तुम्ही?" पारब्यांच्या देवता सळसळत्या पानासारखा बोलला आणि वरती कुठेतरी फांद्या तुटल्याचा आवाज झाला.

पारंब्या डुलत होत्या.

"मला माफ करा, पण रक्तांचा खेळ मांडायची माझी हौस नाही. कारण माझ्याकडे तोच शेवटचा पर्याय आहे." सरकार म्हणाला.

"आणि तू लोकांचे बळी घेणार."

'घ्यावेच लागेल. एकच धर्म आणि एकच जात जिवंत राहण्यासाठी मला तसं करावं लागेल. येणारं जाती पातीचं युध्द थांबविण्यासाठी मला हे पाऊ ल उचलावं लागलं आणि माझ्याकडे हाच शेवटचा पर्याय आहे." सरकार म्हणाला.

"ह .. बर .. मग असं असेल तर माझा पण तोच शेवटचा पर्याय आहे."

"कोणता?"

"तुमची राकस जमात नष्ट करण्याचा आणि माझा आता नाईलाज आहे. मी याच्या अगोदर तुम्हाला इशारा दिला होता."

"कसला ईशारा?"

"तुम्ही जिथुन आलाय तिथे परत जावं अस मला वाटत होतं आणि मी मुनच्या मनावरती हेच बिंबवण्याचा प्रयत्न करत होतो. ती एकच अशी दुवा होती जिच्या मनात मला शिरता आलं.'

"अच्छा तर तुम्ही होता. मी तिच्या डोळ्यामध्ये एक वेगळी शक्तीची अनुभुती बघितली होती. आणि त्या शक्तीनंच ती आजारी आहे. अशक्य आहे."

'हु .. हु .. आपणच चुकताय, ती आजारी नाही. तिला आजारी पाडायचा आमचा हेतू नव्हता. मी फक्त तिला एक संदेश दिला होता. ती फारच हलक्या काळजाची आहे.''

एक संदेश. "आणि त्यासाठी तुम्ही तिच मन वश केलं.' सरकार म्हणाला.

"नाही.' थोडा वेळ थांबून ते झाड बोललं. 'मन नाही. आम्ही तिचा आत्मा वश केला."

"आत्मा...' "हो आत्माच, आणि आता तुझा आत्मा पण वश करणार." झाड कडाडलं.

'हू .. .. तुम्हाला तो करता येत असता तर तो आधीच का केला नाही?'' बांधलेल्या अवस्थेतसुध्दा सरकारचं डोकं चालत होतं.

"माझ्या कल्पनेपेक्षा हुशार आहेस की' ते झाड बोललं. "उगाच हरभऱ्याच्या झाडावरती चढवू नका. माझ्या प्रश्नाचं उत्तर द्या." "हु .. .. देतो तु त्यावेळी माझ्या पासून म्हणजे माझ्या आत्म्यापासून लांब होतास." "हो का? पण मुन सुध्दा लांबच होती. तुम्ही तिला कस वश केलं.'' "कारण सोप आहे. ती बिचारी हलक्या मनाची आहे. आणि हळव्या मनाच्या लोकांचा आत्मा लगेच काबीज करता येतो."

"आणि हलक्या मनाची व्यक्ती नसेल तर...'' सरकार म्हणाला.

तर .. .. ते झाड विचार करत होत. तर .. ती व्यक्ती माझ्या जवळ असावी लागते जसं की, तू आता माझ्या जवळ आहेस आणि आता तुझा आत्मा मी वश करणार असं म्हणून त्या वृक्षाने आपल्या मोठ्या बंद्यामधून एक वेल बाहेर काढला. वेल कुठला एक मुळच होत ते त्या मुळाच्या टोकाला अणुकुचीदार अशा केशरी रंगाचे छोटे छोटे सुईसारखे काहीतरी होत.

तो वेल झपसरशी बाहेर आला आणि त्या सरकारच्या बेंबीचा वेध घेतला. ती सुईसारखी वस्तू सरकारच्या बेंबीत घुसली आणि सरकारच्या अंगामध्ये वेदनेचा काहुर माजला.

आता ती मुळं त्याला अंधाऱ्या जमिनीमध्ये ओढुन नेत होती. सरकारचा दम लागत होता. त्याला नीट श्वास घेता येत नव्हता. त्याच्या नाकातोंडामध्ये माती जात होती. ती मुळे त्याला कुठेतरी घेऊन जात

होती. जमिनीखाली असलेल्या खोल अंधारामध्ये.

काही फुट पुढे सरकल्यानंतर तिथला अंधार नाहीसा होत होता आणि जसजसं पुढे जाईल तसतसं सरकारच्या आजूबाजूची माती पण बाजूला सरकत होती आणि त्यामुळे जमिनीखाली एखादी खोली असावी असं जाणवत होत. कसला तरी सुगंध तिथे पसरला होता. सरकारला बेंबीच्या जागी कळा जाणवत होत्या.

तो एका अंधाऱ्या खोलीमध्ये उभा होता म्हणजे तरंगत होता. त्या मुळांनी तेला अंतराळीच बांधून ठेवलं होतं. आणि त्या खोलीच्या एका कोपऱ्यातून प्रकाश बाहेर पडत होता. तो प्रकाश कसा काय? तिथून येत होता हे मात्र कळायच्या पलिकडचं होतं.

हे काय आहे? एका धगधगत्या गोळ्यासमोर सरकार उभा होता आणि धगधगत्या गोळ्याम धून सोनेरी प्रकाश बाहेर पडत होता. आणि त्या प्रकाशामुळे सरकारच्या अंगावरची कापडं जळत होती.

"हा माझा आत्मा आहे?" तो पारंब्याचा देवता म्हणाला. त्याचा आवाज फारच मोठा येत होता. कानठळ्या बसविणारा.

"आत्मा?" सरकार आश्चर्यानं म्हणाला आणि त्या वेलानं त्याला सोडलं होतं आणि तो खाली पडला. त्याला जाणवलं की, तो भुसभुशीत चिकट अशा मातीवरती उभा आहे.

"हो आत्माच,' तो गोळा बोलत होता "आणि हा आत्मा तुझा आत्मा शोषून घेणार."

"काय?' सरकार मागे सरकत म्हणाला. बेंबीला बांधलेला वेल तो तोडायचा प्रयत्न करत होता. पण तो त्याला पकडू शकत नव्हता. त्याचा हात निसटत होता.

सरकारच्या शरीरामधून त्या वेलामार्फत प्रकाश बाहेर पडत होता.

"असं तुम्ही करू शकत नाही. थांबवा हे सर्व,' सरकारला आता अशक्तपणा जाणवत होता. त्याचा आवाज थरथरत होता. त्याच्या अंगामधली शक्ती कोणीतरी ओढून घेतंय असं त्याला वाटत होतं आणि त्यामुळे तो जोरजोरात ओरडत होता. त्याने आपले दोन्ही गुडघे टेकले होते.

त्याचा आत्मा शोषला जात होता.

सरकार काही क्षणामध्ये मरणार होता हे त्याला माहिती झाल होत. पण ह्या क्षणी त्याला मरायचं नव्हतं. कारण त्याचं ध्येय अजून पूर्ण झालं नव्हतं. पण तो आता काय करणार होता? तो ह्या संकटातून वाचू शकणार होता का?

मी... मरू .. शकत नाही. सरकार मनाशीच म्हणाला.

तू नक्कीच मरणार. त्या आत्म्याच्या गोळ्याला त्याच्या मनातल समजत होत. त्याचा आत्मा वश होत चालला होता.

मी नाही मरू शकत. सरकार ओरडतच म्हणाला आणि त्याने थरथरत्या हातांनी आपल्या कोटाच्या खिशात हात घातला. आणि कोणतीतरी वस्तू बाहेर काढली ती वस्तू दिसायला गारगोटीसारखी होती आणि चकाकतपण होती.

त्याच्या हातामध्ये दोन छोटे पांढरे असे दगड होते. बर्फाला सुध्दा आग लावणारे.

हा .. .. हा .. .. हा .. .. सरकार त्या गारगोट्याकडे पाहून हसत होता तो आपले दोन्ही हात आजूबाजूला पसरवण्याचा प्रयत्न करत होता. त्याने उजव्या हातांमध्ये एक आणि डाव्या हातामध्ये एक असे दगड पकडले होते.

'हसायला काय झाल?'' ते झाड बोलल म्हणजे त्या झाडाचा आत्मा म्हणाला.

"मी मेलो, तर तु पण मरणार, ''सरकारने आपले दोन्ही हात पूर्ण पसरले होते जसे की, तो संपूर्ण आकाश आपल्या बाहुपाशात घेत आहे.

''अरे वेड्या, काय बरळतोयस,'' त्या पारड्यांच्या देवताला वाटलं की, मरण्याच्या भीतीनं हेला कदाचित वेड लागलं असावं.

___ "मी आणि वेडा, हे बघ..." असं म्हणून सरकार जाग्यावरती उभा राहिला. त्याचे पाय तडफडत होते आणि आपल्या पसरलेल्या हातांची जोरात हालचाल केली.

त्याने जोरात टाळी वाजवली होती.

फटाकडी फुटावा तसा आवाज झाला. त्या दोन गारगोट्या एकमेकावरती आदळल्या गेल्या होत्या. त्या आदळल्यामुळे किंचितसा प्रकाश निर्माण झाला.

"अरे, थांब, काय करतोयस हे ..'' त्या पारव्यांच्या देवताला आता कळून चुकलं होतं की, सरकार आता काय करणार. त्याने ताबडतोब जमिनीखालची मुळे, वेली आणि फांद्या त्याच्या दिशेने झेपावल्या. पण .. आता त्याचा काय उपयोग नव्हता.

कारण एक मोठा स्फोट झाला. त्या दोनही दगडांनी आपल काम चोख केलं होतं. आणि आता फार उशीर झाला होता जे घडायचं होतं ते घडलं होतं कारण त्या मोठ्या वृक्षाच्या चिंधड्या उडाल्या होत्या.

पारंब्याचा देवता नष्ट झाला होता आणि त्याच्या बरोबर सरकार सुध्दा नाहीसा झाला.

कारण त्यानं आपला आत्मा वश होऊ दिला नव्हता. त्यानं आपला आत्मा अनंतात विलीन केला होता.

9

अमरोसीया नदी

अदृश्य भिंत

" मार्कड , सरकार कुठे आहे ? " मरूक म्हणाला . मार्कड लपत छपत चालला होता . आणि मरूकने त्याला पकडले होते . मार्कडच्या हातात छोटा खंजीर होता आणि तो लपत छपत कोणाला तरी मारायला आला होता . आणि आताच्या क्षणी मरूकने त्याच्या नरड्यावरती तलवार ठेवली होती . मार्कड मृत्यूच्या जंगलामधून एकटाच आला होता . पाणी आणण्यासाठी गेलेला सरकार आणि त्याचे सेनापती कुठे दिसत नव्हते .

" अरे , थेरड्या . मी काय म्हटलेलं तुला ऐकू आलं नाही का ? " मरूकची नजर त्या जंगलात भिरभिरत होती . " अरे बोलं की , का ? घालू तलवार कानात ? "

' तुमचा सरकार गेला , " मार्कड थरथरत म्हणाला . त्याच्या कानावरती मरुकने तलवारीचं पातं ठेवलं होतं आणि त्यामुळे त्याच्या काना वरती किंचितसे असे रक्ताचे थेंब जमा होत होते .

" कुठे गेला ? " कुठे म्हणजे ? , जमिनीखाली , खोल अंधारामध्ये , " मार्कड डोळे मोठे करून म्हणाला .

" जमिनी . . . . काय म्हणालास ? " मरूक घाबरला होता . त्याला आता सगळं कळून चुकलं होतं की , मार्कड हा विश्वासघातकी माणूस आहे .

" हो . . . . तेच तर मी म्हणालो आणि आता तुमचा सरकार . . . . सरकार कुठला मी तर म्हणेन नराधम आहे तो . भोळ्या भाबड्या लोकांचा जीव घेणारा नीच माणूस आणि मला आनंद आहे की , तो नीच माणूस मला परत कधी दिसणार नाही. कारण माझ्या पारंब्याच्या देवतांनी तुमच्या सरकारला पुरून टाकलं ." मार्कड दात विचकून म्हणाला . तुमचा राजा मेला . . . हा . . . हा . . . हा आणि आता तुम्हीपण मरणार . . चु . . . चु . . . हा . . . हा . . . मार्कड एका वेगळ्याच लईत हसत होता .

" अरे नीच माणसा . गोड बोलून तु आम्हाला फसवलंस . अमरोसीया नदीपर्यंत जाण्याचा दुसरा रस्ता नक्कीच होता . " मरूक रागाने त्यांच्याकडे पाहत होता .

" बरोबर तुझं . . जितका मूर्ख दिसतोयस तितका तू नाहीस . " मार्कड म्हणाला , " दुसरा रस्ता नक्कीच होता . "

" पण मला तुम्हाला संपवायच होतं . आणि म्हणून . . " " म्हणून तु आम्हाला इथं आणलंस . " मरूक मध्येच बोलला .

" हो आणि आता तुम्ही पण जिवंत राहणार नाही . " मार्कडने आपल्या हातामधील वस्तू जो खंजीर होता तो मरूक कडे भिरकावला .

" असं करून तुला वाटलं की , तु जिवंत राहशील , " त्या खंजीराचे मरूकने आपल्या तलवारीने दोन तुकडे केले होते . " सरकारचा हुकुम होता म्हणून तू इतके दिवस जिवंत आहेस . पण आता . . . " एवढं बोलून मरूकने आपली तलवार मार्कडच्या दिशेने भिरकावली , तो मार्कडच मुंडकं उडविणार इतक्यात . . . कसला तरी मोठा आवाज झाला .

आकाशामध्ये पक्ष्यांचे थवेच्या थवे उडत होते . त्यांचा चित्कारणारा आवाज सर्व जंगलभर पसरला होता . दूर कुठेतरी मोठा स्फोट झाला होता . धुराचे लोटच्या लोट बाहेर पडत होते . एखाद्या कारखान्याच्या मोठ्या अशा चिमणीमधून जसा धूर बाहेर पडतो तसं वाटत होतं .

" सरकार " , मरूक जोरात ओरडला. कारण त्याचा सरकार पाणी आणण्यासाठी त्याच दिशेला गेला होता . आणि मरूक धुराच्या दिशेने पाहात होता . त्याच्या हातामध्ये असलेली तलवार केव्हाच गळून पडली होती .

आणि मरूकचं लक्ष विचलित झालेलं पाहून मार्कडनं तिथून धूम ठोकली . तो उडी मारून एका मोठ्या झाडाच्या शेंड्यावरती चढला . त्याला असं काहीतरी घडंल असं स्वप्नात सध्दा वाटलं नव्हतं . म्हणून तो स्फोटाच्या जागी निघाला होता .

" सरकार . . . . , नाही " . कोणाची तरी जोरात किंकाळी पसरली . ती किंकाळी मुनची होती . ती आता बरी वाटत होती . तिचा आत्मा आता स्वतंत्र झाला होता . " मरूक मला तिकडं घेऊन चल . . . " ती स्फोट झालेल्या दिशेने धावत चालली होती . ती गरोदर असल्यामुळे तिला पळायला जमत नव्हतं . तिचा शेवटचा महिना चालू होता . सध्याच्या अवस्थेत मूल कधीही बाहेर येणार होतं .

मरूकला आता आजूबाजूचे आवाज ऐकू येत नव्हते. त्याला जोरात धक्का बसला होता. त्याचं डोक बधिर होत चाललं होतं.

आता सगळं संपलं होतं कारण त्याकाळी राजा संपला की , त्याचं राज्यपण संपत होतं .

" मरूक , सरकार कुठे आहे ? " मुनच्या घशामधून आवाज फुटत नव्हता . " मरूक मला घेऊन चल . मला सरकार जवळ जायचं आहे . "

" जायचं . . . हु " . . मुनच्या हाकेने मरूक भानावरती आला . हो , चला रे असं म्हणून त्याने लगोलग पालखी बोलवली . त्या पालखीमध्ये मुनला बसवली आणि तो काफिला पुढे चालू लागला .

सर्व पिशाच्चांच्या चेहऱ्यावर नैराश्य दिसत होतं .

अरे बापरे ! . . . कोणीतरी आश्चर्याने बोललं . जंगला तून चालल्या नंतर काही वेळा नंतर त्यांच्या समोरचं दृश्य बघून त्यांच्या स्वतःच्याच डोळ्यावर विश्वास बसेना .

समोरच दृश्य भयानक होतंच . भरीत भर आश्चर्यकारक होतं .

त्यांच्या समोर एक मोठा खड्डा पडला होता . आणि त्या खड्ड्याच्या बरोबर मधोमध एक झाडाचा मोठा बुंधा जळत हाता आणि त्या बुंध्याप्रमाणे आजूबाजूची झाडे पण जळत होती .

सर्वत्र पारंब्याचे आणि झाडाच्या वेलीचे तुकडे पडलेले दिसत होते .

" सरकार . . . सरकार . . . " मुन जोरात हाका मारत होती . ती त्या खड्ड्याच्या काठाला उभारली होती . तिला सरकार कुठेच दिसत नव्हता

. सगळीकडे राखेचे भयाण असं साम्राज्य पसरलेलं होतं .

तो खड्डा काळ्या दिसणाऱ्या राखेने भरला होता . त्या खड्ड्यामधून मुन उतरली होती . ती सरकारला शोधत होती . तिचा सरकार एवढ्या लवकर मरणार नाही . हे तिलाही माहिती होतं , तिला आतून जाणीव होत होती की, तिचा सरकार अजून जिवंत आहे .

" मरूक , हे बघ "आणि अचानक तिला कापड जळालेली एक आकृती दिसली . तिला जाणवल की , ती आकृती सरकारची आहे .

ती पोटाला धरून त्या दिशेला धावत सुटली .

" सरकार डोळे उघडा . . . मी आलोय . . . " मुन बोलली . ती आकृती दुसरं तिसरं कोणी नसून सरकारच होता . त्याचे डोळे बंद होते . त्याच्या अंगावरची कापडं जळाली होती . त्याची सुंदर असलेली त्वचा आणि दाट असलेले केस जळाले होते .

" महाराणी साहेबा सरकार आपल्यामध्ये नाहीत . सोडा त्यांना . " मरूक म्हणाला . त्याच्या डोळ्यांमध्ये पाणी तरंगत होत .

" मी नाही सोडणार ," असं म्हणून मुनने सरकारला कवटाळले आणि ती त्याच्या संपूर्ण चेहऱ्याचा मुका घेत होती .

" सरकार . . . " मरूकला बांध फुटला होता . तो ढसा ढसा रडत होता , त्याचा प्रिय राजा , त्याचा दोस्त , आता ह्या जगात राहिला नव्हता . " महाराणी , सोडा त्याला तो आता जिवंत नाही . "

" नाही . . . . ते जिवंत आहेत . " मुन बोलली . " आपलं सरकार मेलाय . तुम्हाला समजत कसत नाही . " मरूक डोळे पुसत म्हणाला .

" नाही . आपला सरकार जिवंत आहे . " मुनने मरूककडे पाहिले . " अरे, बघ ह्याचा श्वास चालू आहे . "

" काय ? " मरूकला आश्चर्य वाटले . तो सरकार जवळ ताबडतोब गेला. त्यानं सरकारच्या नाकाला बोट लावलं . त्याला त्याच्या बोटा वरती गरम हवा जाणवत होती . सरकारचा किंचितसा श्वास चालू होता . " अरे होय की , श्वास चालू आहे . आपले सरकार जिवंत आहेत ." तो जोरात ओरडला . " पण हे डोळे का उघडत नाहीत ? " मुन बोलली . " मला वाटत हे बेशुध्द झाले असावे . " मरूक अंदाजाने बोलला .

" ते बेशुध्द नाहीत . " मग ! "

" ते कोमामध्ये गेलेले आहेत ." मुन त्यांची नाडी पकडून बोलली आणि तिचं खरं होतं .

सूर्य आता मावळत चालला होता . तो सरकारचा काफिला नदीच्या दिशेने पुढे सरकत होता . आणि त्या काफिला मध्ये असलेल्या पालखीत सरकार निपचित पडला होता . त्याचे डोळे बंद होते .

" मरूक ती बघ नदी . " मुन आनंदून गेली होती . आणि दूर डोंगरामधून एक पांढरी शुभ्र नदी दिसत होती .

" अखेर आपण पोहोचलो , " मरूकला पण आनंद झाला होता .

" मरूक मला वाटतं . आपण आता इथे थोडी विश्रांती घेऊ . " मुन फारच दमली होती . तिच्या पोटामध्ये किंचितशी कळ मारत होती .

" हो महाराणी , मला पण तसच वाटतंय, मी कोणाला तरी पाणी आणण्यासाठी पाठवतो . " असं बोलून मरूकनं काही पिशाच्चाना बोलवलं आणि पाणी आणण्यासाठी त्यांना पाठवून दिलं .

काही पिशाच्च तंबू मारत होते . ते सर्वजण आता खूश वाटत होते . कारण खळखळणारी नदी , त्याच्या काही फुटावर वाहत होती . पांढरी शुभ्र अशी .

" महाराणी साहेबा . . . . एक प्रश्न विचारू . " मरूक म्हणाला तो तंबूमध्ये सरकारच्या जवळ उभारला होता . आणि सरकार एका पलंगावर निपचित झोपला होता . आणि त्याच्या उशाला मुन बसली होती .

" विचार की. आपले सरकार कधी जागे होणार ? " मरूक म्हणाला . " मला नाही माहिती . " मुनच्या डोळ्यामध्ये अश्रू तरंगत होते . " पण . . . मला वाटतं . . . " मरूक बोलणार इतक्यात तो थांबला .

महाराणी साहेबा , " कोणीतरी बोललं . तो इसम जोरजोरात श्वास घेत होता . तो पिशाच्च होता . सरकारचा सैनिक .

" काय झालं रे ? पाणी कुठे आहे ? " मरूक त्या पिशाच्चाला म्हणाला . " माफ करा पण , आम्हाला नदीपर्यंत जाता येत नाही . " तो पिशाच्च बोलला .

" जाता येत नाही . म्हणजे ? "

" नदीच्या किनाऱ्यावर अदृश्य असं काहीतरी आहे , ते आम्हाला पुढे जाऊ देत नाही . " तो पिशाच्च डोळे मोठे करून म्हणाला .

" अदृश्य ? काय अदृश्य आहे ? " मला वाटतं , एक अदृश्य भिंत असावी . "

" अदृश्य भिंत , बापरे अस जर असेल तर आपल्याला नदीपर्यंत पोहोचता येणार नाही . " मरूक म्हणाला .

" महाराणी साहेबा . . . . " तेवढ्यात दुसरं पिशाच्च ओरडतच त्याच्या तंबूमध्ये आला होता .

" काय झालं ? " मरूक त्याच्याकडे पाहून म्हणाला . अमरोसीया राज्यांचे सैनिक आपल्यावर आक्रमण करण्याच्या तयारीत आहेत . तो पिशाच्च घामाघूम झालं होतं .

" महामहीम , आपण आक्रमण करायच का ? " एक पिशाच्च मरुकला म्हणाला. " नको . का ? "

" कारण आपण जर आक्रमण केलं तर फुकटचे मरून जाऊ . आपले सैनिक आता फारच अशक्त झाले आहेत . त्यांच्यामध्ये लढण्याची ताकद नाही . " मुन उसासा सोडून बोलली . तिच्या पोटामध्ये आता हळूहळू कळा मारत होत्या . ती कापत होती .

" मग काय करायचं ? " " आपण काहीच केलं नाही तर , ते अमरोसीयाचे सैनिक आपल्याला गुलाम बनवतील . " " आपण आता कुठे जायचं ? " दुसरा पिशाच्च म्हणाला .

" कुठे म्हणजे ? आपल्या राज्यात परत जाऊ आणि मला वाटतं हाच शेवटचा पर्याय आहे आपल्याकडे " मुन बोलली .

" नको , " मरूक अचानकच बोलला .

" का ? नको . " मुन म्हणाली .

" कारण सरकार जर कोम्यामधुन बाहेर आले आणि त्यांना . . . . " मरूकने डोळे मोठे केले . " आणि त्यांना काय ? "

" त्यांना जर हे समजलं की , आपण माघारी आलोय तर , ते माझ शिर उडवून टाकतील आणि आणखी एक ते स्वत:ला कधी माफ करू शकणार नाहीत . कारण ज्या वेळी त्यांचं आणि माझं शेवटचं बोलणं झालं त्यावेळी त्यांनी मला एक गोष्ट सांगितली होती . ते मला म्हणाले

होते . काहीही होऊ दे , माघार घ्यायची नाही . "

" मग आता आपण काय करायचं ? "

" मला वाटतं सरकार शुध्दीवरती येऊस्तोवर आपण इथेच थांबलं पाहिजे . " एक पिशाच्च बोलला .

" इथे थांबणं धोक्याचं आहे . " पहिला पिशाच्च बोलला .

" हो बरोबर आहे , इथे थांबणं धोक्याचं आहे . " मरूक म्हणाला आणि मला एक जागा माहिती आहे . तिथे आपल्याला कोणीच शोधू शकणार नाही . काही दिवसासाठी आपण तिथेच लपून बसू . "

" कुठे ? " मुन बोलली .

" त्या जागेला पिसू घाटी असं म्हणतात . फारच भयानक जागा आहे ती. पण आपल्यासाठी योग्य जागा आहे. ती आणि महत्त्वाचं म्हणजे तिथून अमरोसीया राज्यामध्ये घुसण्यासाठी एक अदृश्य रस्ता आहे . हवं तर गुहा समजा आणि सगळं व्यवस्थित असलं तर आपण राज्यात शिरू आणि तिथल्या लोकांचं रक्त पिऊ आणि पाणी सुध्दा . "

" मरूक , तुला हे सगळ कसं माहिती ? " भुवया उंचावुन मुन म्हणाली .

" मला सरकारनं सांगितलं होतं आणि त्यांनी मला हे दिलं होतं " असं म्हणून मरूकने एक कापड बाहेर काढलं , तो नकाशा होता . " हे बघा ते पिसु घाटीमध्ये आहे आणि आपल्याला तिकडे जायला पाहिजे . "

" काय आहे पिसु घाटीमध्ये ? " मुन म्हणाली .

" तो गुप्त दरवाजा " मरूक हळू आवाजात म्हणाला आणि तो गुप्त दरवाजा कुठे आहे ? हे मला माहिती आहे .

10

अदृश्य झालेला काफिला

अमरोसीया राज दरबार

''ही पिशाच्च लेकाची गेली कुठे?'' . पुरुषी आवाज आला. तो आवाज अमरोसीया राज्याच्या वजीराचा होता. तो फारच वैतागलेल्या अवस्थेत आहे असं त्याच्याकडं पाहिल्यानंतर दिसत होतं.

आज अमरोसीया राजदरबार पुन्हा भरविण्यात आला होता. आणि ही शंभर वर्षातून फक्त दुसरी वेळ होती. कारण त्याच्या राज्यावर कोणतं तरी मोठं संकट आलं तरच राज्य दरबार भरवण्यात येत होता. फक्त आणीबाणीच्या वेळेलाच दरबार भरला जात होता आणि आज आणिबाणी ची वेळ त्याच्या राज्यावर आली होती.

अमरोसीया राजदरबारा मध्ये एकच खळबळ माजली होती.आणि एका विचित्र विषयावर तिथे चर्चा चालू होती. चर्चा कुठली, गोंधळ चालू होता .आणि ह्या गोंधळामध्ये मंत्रि मंडळ जमलेलं होतं.

सरकारचा काफिला कुठेतरी अचानक गायब झाला होता आणि गेली दोन महिने त्या पिशाच्चाचा शोध चालू होता. तो काफिला अजून त्यांना सापडला नव्हता. l

त्याची योजना असफल झाली होती. जी अशी होती की, सरकारचं सैन्य अमरोसीया नदी जवळ येताच त्यांना त्या अदृश्य भिंतीचा वेढा

टाकायचा आणि त्यांना त्या भिंतीमध्ये बंदिस्त करायचा. आणि तिथल्या तिथेच सर्वांना बाणांचा वर्षाव करून मारून टाकायच. पण ,ते पिशाच्य भिंतीजवळ न येताच परस्पर कुठेतरी दुर निघून गेले होते. अदृश्य झाले होते.

"मला वाटत ते पिशाच्च आपल्या राज्यामध्ये परत गेले असावेत.'' राजदरबार शांत झाल्यानंतर एका टकल्या ईसमानं आपलं मत मांडलं.

"तसं असलं तर बरं होईल,' दुसरा ईसम म्हणाला. तो मंत्रिमंडळामधला एक होता. "मला नाही तसं वाटत." एक वयस्क मंत्री महोदय नकारार्थी मान हलवत बोलला. "का?''.

"कारण तो राकस आहे. तो कधी हार पत्करणार नाही. तो मरण पत्करेल पण .." तो वयस्क मंत्री महोदय बोलायचा मध्येच थांबला होता. कारण राज दरबाराचा बंद असलेला दरवाजा उघडला गेला होता. आणि त्या दरवाजातून कोणीतरी आत येत होत.

तो माणूस दिसायला फारच बुटका होता.

''हे अमरोसीयाची महान अशी महाराणी प्रणाम असो.'' तो आतमध्ये आलेला बुटका माणूस म्हणाला .तो महाराणी समोर नतमस्तक झाला होता.

"कोण आपण?'' महाराणी बुचकळ्यात पडली होती. कारण तिच्या समोरचा माणूस त्याच्या राज्यातला नव्हता. तो कोणीतरी पाहुणा होता. आणि तो पाहुणा दिसायला माकडासारखा होता.

''मी मार्कंड . . . . . . आणि मी मृत्यूच्या अरण्यामध्ये राहतो . आणि मी तिथला राजा आहे. . . . . . म्हणजे होतो . . . . . . मार्कंड चाचरत बोलला.

सर्व मंत्रिमंडळ आश्चर्याने मार्कंडकडे पाहात होते. "राजा होतो म्हणजे?'' टकला माणूस पचकून बोलला.

"म्हणजे . . . . . .माझ्या जातीमधला मी एकच असा माणूस आहे जो जिवंत आहे.'' मार्कंड नाराजीने म्हणाला.

"जिवंत आहे? . . . . . मी समजलो नाही.' . एक मंत्रीगण बोलून गेला.

.

"सरकारनं आमच्या सर्व जातीचा विनाश केला. त्याने घडलेली सर्व हकीकत. जळालेल्या झोपड्या, जळालेल्या कुठल्या पेटवलेल्या झोपड्या, , पारंब्यांचा देवता आणि स्फोट. .

"स्फोट ?. . . . . . . ''

"हो स्फोट झाला . आणि त्यामध्ये पारंब्याच्या देवताचा नाश झाला. त्या सरकारजवळ असं काहीतरी होतं जे बर्फालासुध्दा आग लावू शकत होतं. त्याने सगळं जंगल बेचिराख करून टाकलं . .

मार्कडच्या आत मध्ये आगीचा डोंब उठत होता. मला त्या सरकारचा विनाश करायचा आहे. माझी माणसं त्याने मारली. माझं कुटुंब त्यानं मारून टाकलं. मला त्याचा बदला घ्यायचा आहे. . . . . . .''

"बदला आणि कसा घेणार आधि तो सापडायला पाहिजे . . . . . .।। मंत्रीगण म्हणाला . "आणि तो कुठे अद्दश्य झालाय हे आम्हाला माहीती नाही .'' दुसरा मंत्रीगण बोलून गेला. "तो कुठे गेला असेल?" वयस्क मंत्री म्हणाला .

" मला माहिती आहे . तो कुठे आहे ? तो कुठे लपलाय हे पण मला माहिती आहे . आणि मी तेच सांगण्यासाठी इथे आलोय . " मार्कड म्हणाला.

" कुठे लपलाय तो . '' सर्व मंत्रीगण एकाच सुरात बोललो .

' पिसु घाटी , तो सरकारचा काफिला पिसु घाटीमध्ये कुठेतरी लपलेला आहे . '' मार्कड आनंदून बोलला .

" पिसु घाटी ? " परत सर्व मंत्रीगण एकाच सुरात बोलले.

" हो . आपण बरोबर ऐकलं आणि लवकरात लवकर आपण त्याच्यावर आक्रमण करायला हवं . हीच वेळ आहे . कारण त्याचा सरकार बेशुध्द अवस्थेत गेलेला आहे . आणि भरीत भर त्याच्या सैनिकांना कित्येक महिने पाणी मिळालेले नाही . त्यामुळे ते सैनिक अशक्त आहेत आणि या स्थितीला आपलं पारड जड आहे . '' मार्कड डोळे मिचकावुन बोलत होता आणि जर . . . .

'' जर काय ? ''

" जर . . . सरकार कोम्यातुन बाहेर आलातर तुम्ही हे युध्द कधीच जिंकू शकणार नाही आणि ती पिशाचं अमरोसीयामधील एक आणि एक

माणूस जिवंत ठेवणार नाहीत . ''

" तुझ्या बोलण्यावरती आम्ही का म्हणून विश्वास ठेवू ? '' टक्कल असलेला मंत्रीगण भुवया उंचावून म्हणाला .

" तुम्हाला माझ्यावरती विश्वास ठेवावा लागेल . कारण मी त्या सरकारला चांगलाच ओळखतो आणि मी त्याच्या काफिलाबरोबर राहिलेला माणूस आहे . मला त्या पिशाच्चांच्या खाणाखुणा माहिती आहेत आणि ते आता फारच अशक्त आहेत . त्यांचा सरकार कोमामध्ये आहे आणि त्यामुळे त्याचं सैन्य लाचार आहे, तोवरच आपल्याला ताबडतोब युध्द केलं पाहिजे . '' मार्कडला युध्दाची घाई जरा जास्तच लागलेली दिसत होती .

' युध्द , नको रे बाबा . '' म्हातारा मंत्रीगण म्हणाला .

मार्कड त्या म्हाताऱ्या मंत्रीगणाकडं पाहत म्हणाला ." अरे भल्या माणसा , "

तो म्हातारा म्हणाला. " युध्दामुळे प्रगती खुंटते . ह्या अशा युध्दामुळे कुटुंबच्या कुटुंबं उद्ध्वस्त होतात . हे बघ बाळा हिंसा करून आपलंच नुकसान आहे . युध्द करणं म्हणजे स्वत:चा विनाश ओढवून घेणं .''

'' पण . . . . तुम्ही जर युध्द केलं नाही तर तुमच्या जमातीचा विनाश निश्चित आहे . कारण सरकारला मी चांगलाच ओळखतो आणि कृपा करून आपण माझं म्हणणं ऐकावं .'' मार्कडने महाराणीसमोर लोटांगण घातलं होतं .

" हु . . . . . . " थोडा वेळ शांततेत गेला . . " ठीक आहे. आपल्याला युध्दाला तयार झालं पाहिजे . " अमरोसीयाची राणी म्हणाली.

"पण . . . . महाराणी साहेबा . ." तो म्हातारा मंत्रीगण चाचरत बोलला .

"माफ करा महोदय, पण आपल्याकडे या क्षणी दुसरा पर्याय नाही.' महाराणी म्हणाली "आणि हा मार्कड म्हणतोय तसं जर असेल तर आपल्या राज्यावरती मोठं संकट येण्यावाचून राहणार नाही आणि आपण असे हातावरती हात ठेवून बसून चालणार नाही."

"अ . . . . बरं . . जशी तुमची इच्छा महाराणी साहेब , " म्हातारा मंत्री म्हणाला.

"ठीक आहे तर . . . . . " सर सेनापती योजना बनवा आणि युध्दाची तयारी करा. त्या पिशाच्चांना युध्द करण्याची संधी देऊ नका. पहाटेच्या वेळी ते जेव्हा गाढ झोपेत असतील, त्या अंधारामध्ये त्यांच्यावरती झेप घाला आणि एकालाही जिवंत सोडू नका." अमरोसीयाची महाराणी तळपत्या तलवारीप्रमाणे बोलत होती. शेवटी सरकार संपला पाहिजे . . . . . .

෴

11

अंतिम युध्द

पिसु घाटी

मरूक एका अंधाऱ्या बोळातून चालत होता . त्याला सरकारनं एक
अदृश्य दरवाजा शोधायला सांगितला होता . असा दरवाजा जो
अमरोसीया राज्यामध्ये जाऊन उघडत होता . पण अजून त्याला असा
कोणताच दरवाजा सापडला नव्हता .

गेली तासभर तरी त्या बोळातून तो चालत होता . त्याचे पाय आता
भरून आले होते .

तो चालत असलेल्या बोळामध्ये काळाकुट्ट असा अंधार होता आणि
अशा अंधाऱ्या बोळातूनच मरूक मशाल घेऊन चाचपडत चालत होता .
चालता चालता तो आजुबाजुच्या भिंतीवरती हात घासणं चालू होत .

मशालीच्या ज्योतीची फडफड त्याच्या कानावरती ऐकू येत होती .

माझ्या अंदाजाने तो दरवाजा इथेच असला पाहिजे . मरूक
तोंडातल्या तोंडात पुटपुटला . तो स्वत:शीच बोलत होता .

हु . . . . . सापडल . . . . . इथेच आहे . मरूकच्या हाताला लाकडासारखं
काहीतरी जाणवलं होतं . आणि ताबडतोब त्याने आपली मशाल त्या
लाकडासमोर धरली जेणेकरून तो दरवाजा स्पष्ट दिसावा .

मशालीचा प्रकाश त्या लाकडावर पडला . त्या दगडी भिंतीला
चिकटूनच एक जीर्ण झालेला लाकडाचा दरवाजा होता . त्या
दरवाजावरती स्वस्तिका सारखं चिन्ह दिसत होतं .

मरूक ने दरवाजा ढकलून पाहिला . पण तो दरवाजा उघडला नाही . कदाचित तो दरवाजा जाम झाला असावा .

" अरे , " उघड की , अस म्हणून मरूकने त्या दरवाजा वर मूठ मारली. तो दरवाजा जागचा हलला सुध्दा नाही . उलट आतून कसला तरी आवाज आला .

कुत्री जशी गुरगुरतात तसा आवाज येत होता. " कोण आहे ? " कुत्री आहेत वाटतं , असं म्हणून मरूकने त्या दरवाजावरती जोरात लाथ घातली . कडाक् . . . . असा आवाज झाला आणि तो दरवाजा आतमध्ये उघडला .

आतल्या खोली मध्ये गडद असा अंधार होता . तिथं काहीच दिसत नव्हतं . मरूकनं घाबरतच आत मध्ये पाऊल ठेवल आणि मशाल समोर धरून तो आजू बाजूला पाहू लागला . तो त्या खोलीत पुढे पुढे सरकत चालू लागला होता .

जसा जसा तो पुढे सरकत होता तसा तसा तो गुरगुरणारा आवाज मोठा मोठा होत होता . शेवटी तो आवाज इतका मोठा झाला की , त्या आवाजाने त्याच्या कानठळ्या बसत होत्या . मरूकला समोरच्या अंधारामध्ये त्या प्राण्याचे लाल डोळे दिसले , ते डोळे चकाकत होते . मांजराच्या डोळ्या प्रमाणे .

मरूक ला अस दिसल की , ते लाल डोळे वेगाने त्याच्याकडे झेपावत आहेत . तो दबा धरून बसलेला प्राणी मरूक कडे झेपावत होता . गुरगुरतच तो विचित्र प्राणी मरूकच्या नरड्याचा घोट घेण्यासाठी येत होता .

तो खरंच प्राणी होता का ? आणखी काहीतरी होतं हे मरूकला अंधार आल्यामुळे दिसत नव्हतं , म्हणून मरूकने आपली मशाल त्या येणाऱ्या प्राण्यासमोर धरली आणि समोरच दृश्य पाहून तो जागीच गारठला . त्याला असं वाटलं की त्याचं हृदय बंद पडलंय .

कारण त्याच्या कडे झेपावणार प्राणी नव्हता . तो सरकार होता , ज्यानं रौद्र रूप धारण केलं होतं आणि तोच सरकार आपला मोठा जबडा पसरून मरूक कडे वेगाने येत होता . त्याचे सुळे दात मरूकच्या नरडीचा घोट घेणार होते .

झप्सरशी आवाज झाला ती मशाल विझली होती . आणि ती मशाल विझल्या बरोबरच ह्या गडद अंधारामध्ये एक भेदक किंकाळी ऐकू आली .

सरकार नाही , मरूकला खडाकसरशी झोपेतून जाग आली . तो जोर जोरात श्वास घेत होता . त्याला भयानक अस स्वप्न पडलं होतं . फारच भयानक . मरूकने आपल्या आजूबाजूला पाहिलं . तो तंबूमध्ये झोपला होता . आणि बाहेर अजून अंधार होता . पहाट व्हायला अजून एक प्रहर बाकी होता . आणि त्या पहाटेच्या अंधारातच पिसु घाटीमध्ये असलेल्या एका मोठ्या गुहेमध्ये सरकारचा काफिला गाढ झोपला होता . पेटवलेल्या शेकोट्या आता विझत चालल्या होत्या . आणि तिथे विस्तवाची धगधग फक्त जाणवत होती .

काळ्याशार अशा डोंगरांनी वेढलेली अशी ति पिसु घाटी होती . वाळलेली काळ्या रंगाची झाडे , झाडे कुठली फक्त फांदया आणि बुंदा असलेली ती , झाडांची सांगाडे सर्वत्र पिसू घाटीभर पसरली होती . त्या काळ्या डोंगरामध्ये हिरवाई नावालासुध्दा दिसत नव्हती .

आणि त्या काळ्याशार डोंगरा मध्ये छोट्या छोट्या लांबपर्यंत पसरत गेलेल्या नागमोडी वळणाच्या गुहा होत्या . आणि तिथल्याच एका गुहेमध्ये हा सरकारचा कापीला जागोजागी तंबू मारून झोपला होता . ते गेली दोन महिने इथेच लपून राहिले होते . आणि लपून राहण्याची योजना मरूकची होती . लपून राहणं त्याच्यासाठी सोईस्कर होतं . कारण त्याचा राजा कोमामध्ये गेला होता . आणि त्या दिवसापासून सगळंच वाईटच त्याच्या बाबतीत घडत होतं . त्याच्या जवळचे सर्वच्या सर्व घोडे मरण पावले होते . आणि काही पिशाच्च उपासमारीमुळे मरत होते . त्यांची संख्या फारच कमी झाली होती . बोटावर मोजण्याइतकी फक्त . ____ पण एक आनंदाची गोष्ट त्याच्या बाबतीत घडली होती . ती म्हणजे मुनने एका गोंडस मुलाला जन्म दिला होता . तो राजकुमार दिसायला खूप सुंदर होता .

" छोटा सरकार ह्या जगामध्ये आला होता . "

विचित्र अशा पडलेल्या स्वप्नामुळे मरुकची चांगलीच झोप मोड झाली होती . आणि आता पुन्हा काही झोप येण्याची चिन्हं दिसत नव्हती

. म्हणून त्याने तंबूच्या बाहेर येऊन शेकोटीजवळ बसण्याचा निश्चय केला होता . ती शेकोटी केव्हाचीच विझली होती . तो त्या शेकोटीच्या विस्तवाकडे पाहातच खोल विचारामध्ये मग्न झाला होता .

" मरुक . . . . . '' कोणीतरी हाक माली . " कोण ? '' त्या आवाजाने मरुकच्या विचाराची तंद्री नाहिशी झाली . ' मरुक इकडे ये , लवकर . . . . '' मुन त्याला हाका मारत होती .

" महाराणीसाहेबा , आपण जागे आहात ? आपण झोपला नाही . अजून उजाडायला बराच वेळ बाकी आहे . '' मरुक चालत चालत त्यांच्या तंबूबाहेर येऊन उभारला .

'' मरुक आत ये आणि हे बघ . '' मुन बोलली . " काय झालं ? " " हे बघ , सरकार कसं विचित्र करतायत ,'' मुन घाबरली होती . " सरकार काय ? '' मरुक बावचळला होता .

" अरे , ही तर आनंदाची बातमी आहे . आपले सरकार शुध्दीवर येत आहेत ." मरुक लगोलग आत गेला . त्याला आतमध्ये गुरगुरणारा आवाज ऐकू येत होता . जो तोच आवाज होता जो त्याने स्वप्नामध्ये ऐकला होता .

म . . . . रु . . . क . . . . . . सरकार नशेत असल्यागत बोलत होता . म्हणजे गुरगुरत होता. त्याच्या डोळ्याची नकळत हालचाल होत होती .

" सरकार . . . काय म्हणालात ? '' मरुकने आपला कान सरकारच्या तोंडाजवळ आणला होता .

" अंतिम युध्द . '' सरकार हलक्या आवाजात बोलला .

" अंतिम काय ? अंतिम . . . . . '' मरुक काहीतरी बोलणार इतक्यात त्याला दुरुन कुठेतरी शंखनादाचा आवाज आला .

त्या पिसु घाटी मध्ये सर्वत्र शंख नादाचा आवाज दुमदुमत होता . आणि हा आवाज म्हणजे युध्दाची पुर्व सुचना होती .

पिसु घाटीमध्ये आमरोसीया महाराणी आपलं सैन्य घेऊन आली होती . त्यांची संख्या लाखोमध्ये होती .

आणि या लाखो सैन्यासमोर सरकारच्या तुटपुंज्या पिशाच्चांचा निभाव कसा लागणार होता , ते देवच जाणे .

" मी युध्दाची तयारी करतो , सर्वांना जागं करतो ." मरुक म्हणाला . पण . . . . ती सर्व आवाजाने जागी झाली असतील .

" नाही , आपण युध्द नाही करायचं , ' मुन आपल्या बाळाला शांत करत म्हणाली ते शंखनादाच्या आवाजाने जागं झालं होतं .

" आपण युध्द करायचं . " त्या शंखनादाने सरकारला पूर्ण जाग आली होती. सरकार उभा राहातच बोलला . तो दिसायला अशक्त वाटत होता , पण त्याच्या डोळ्यामध्ये अंगार पेटलेला होता . कित्येक महिन्यानंतर त्याला जाग आली होती .

" सरकार , अशा अवस्थेत युध्द म्हणजे मृत्यूला बोलवण्यासारखं आहे . " मरुक म्हणाला .

" अरे , लेकाच्या एकदा सांगितलेलं समजत नाही का तुला ? " सरकार रागाने बोलत होता . " आपण युध्द केलं पाहिजे आणि हे आपल्या ध्येयातील अंतिम युध्द आहे , मरुक युध्दाची तयारी कर . आणि . . . " आणि काय ? सरकार " मरुक म्हणाला .

' आणि " माझी तलवार मला आणून दे . " सरकार त्या तंबूमध्ये सर्वत्र नजर फिरवत बोलत होता .

" जी सरकार , " मरुक त्वेषाने बाहेर पडला . त्याने आपल्या गळ्याला अडकवलेली शीटी बाहेर काढली आणि ती जोरजोरात वाजवू लागला .

' आक्रमण . . . . . ' कोणीतरी जोरात ओरडलं .

ढोल वाजू लागले होते आणि ढोलाचा आवाज सर्व पिसु घाटीमध्ये दुमदुमत होता . या घाटीच्या एका बाजूला सैनिकांची रांगच रांग दिसत होती आणि दूर दुसऱ्या बाजूला तुटपुंजे पिशाच्च दिसत होते .

महान असे दोन साम्राज्य युध्दासाठी एकत्र आले होते .

" आक्रमण " . . . . . . सरकार जोरात ओरडला . तो आपली दुधारी तलवार घेऊन त्वेषाने समोरून येणाऱ्या वादळी सैन्यावर तुटून पडला होता .

किंकाळ्या ऐकू येत होत्या . तलवारी एकमेकावर आदळण्याचा आवाज येत होता . रक्ताच्या चिळकांड्या उडणारा आवाज पण येत होता .

सप्....सप्......सप्.........

सर्व पिशाच्च अमरोसीयाच्या सैनिकांवर तुटून पडले होते . ते त्या सैनिकाच्या नरडीचा घोट घेत चालले होते . ते त्यांचे रक्त पित होते आणि भरीत भर रक्ताच्या उडणाऱ्या चिळकांड्याला तोंड लावत होते आणि तोंडामध्ये रक्ताची चुळ भरत होते. एखाद्या सैनिकाचा हात तोडून त्याच्या हातातून येणाऱ्या पिचकारीसारख्या रक्ताच्या धारेला तोंड लावून रक्त पित होते . रक्ताचा सुगंध त्यांच्या नाकामध्ये भरत होता .

आणि महत्त्वाचं म्हणजे रक्त पिल्यामुळे ती पिशाच्च ताजीतवानं झाली होती . शंभर हत्तीचं बळ त्यांच्या अंगामध्ये आलं होतं . गेले वर्षभर तरी त्यांना रक्त प्यायला मिळालं नव्हतं . ते तहानलेले पिशाच्च आता खऱ्या अर्थानं रक्ताचा खेळ मांडत होते .

जवळ जवळ एक प्रहर तरी हे युध्द चालू होतं . आणि या पिशाच्चांनी अमरोसीया सैनिकांची एक तुकडी भुईसपाट केली होती . हजारो सैनिकांना त्यांनी कंठस्नान घातलं होतं . आणि हजारो सैनिकाची त्यांनी कापाकापी केली होती आणि अजून समोरून येणाऱ्या हजारो सैनिकांना ते कापत चालले होते .

" आपण तिसरी तुकडी पाठवूया , " कोणीतरी म्हणालं . " नको . " अमरोसीयाची महाराणी म्हणाली.

दूर एका टेकडवरती जी पिसु घाटीच्या उत्तरेकडे होती . त्या टेकडीवर अमरोसीयाची महाराणी उभी होती आणि आपले हजारो सैनिक मारलेले पाहून ती चिंतित होती . दूर चाललेला युध्दाचा खेळ ती पाहात होती . तिच्या दोन्ही तुकड्या सरकारनं नेस्तनाबूत करून टाकल्या होत्या . आणि जसजसा काळ पुढे सरकत होता तसतसं ती हरत चालली होती .

" मार्कंड .... " महाराणी म्हणाली. " जी महाराणी साहेबा . मार्कंड म्हणाला .

" आता तुमच्या योजनेवरती आपण काम करू . आम्हाला आता तुमची गरज आहे . " महाराणी उत्साहाने बोलली . कारण या मार्कंडच्या योजनेमुळे ती जिंकणारच होती .

" जशी आपली आज्ञा , " मार्कंड याची तर वाटच पाहात होता . त्याने तिथला एक धनुष्य आणि बाण उचलला आणि महाराणीला मुजरा करून युध्दाच्या ठिकाणी चालता झाला .

टेकडीच्या काही अंतरावर सरकारच्या तलवारीचं पातं पंख्याप्रमाणे फिरत होते . तो रक्तानं न्हाऊन गेला होता . आजूबाजूला कापल्या गेलेल्या सैनिकांचं रक्त त्याच्या अंगावर उडत होतं .

अमरोसीया सैनिकांची तिसरी तुकडी संपत आली होती .

" सरकार , तुमच्या मागे " , मरुक ओरडला. कारण त्याने सरकारकडे येत असलेला एक सोनेरी बाण पाहिला होता . आणि मरुक बेंबीच्या देठापासून ओरडला होता .

" काय ?". . . . . अ . . . . . हा . . . . . . सरकार जोरात किंकाळला . त्याला काही कळायच्या आतच तो सोनेरी बाण त्याच्या छातीतून आरपार झाला होता . कोणीतरी मागून वार केला होता . आणि तो दुसरा तिसरा कोणी नसून मार्कंड होता .

क्षणार्धात सरकार धारातीर्थी पडला . " हा . . . . हा . . . . मेलं लेकाचं , " गेला एकदाचा सरकार ." मार्कंड कुजक्या आवाजात बोलला .

" नाही सरकार . . . . नीच माकडा . . . . " मरुक जोरात ओरडला . तो सैनिकांना कापतच सरकारजवळ गेला . सरकार . . . . त्याने पडलेल्या सरकारचं डोकं आपल्या मांडीवरती ठेवलं .

" म . . . रु . . . . . क . . . . सरकार थरथरत म्हणाला . त्याच्या डोळ्यावरती अंधारी दाटत होती . त्याचा श्वास जड होत चालला होता .

" बोला सरकार , " मरुकचे डोळे पाण्यांनी भरत चालले होते . " मुन जवळ जा . . . . . लवकर . . . . तो नराधम तिला पण ठार मारेल . . छोट्या सरकारचं रक्षण कर . . . . आणि . . . . " एवढं बोलून सरकारनं आपलं प्राण सोडून दिले .

युध्द थांबलं होतं . सगळीकडे शांतता होती .

सरकार . . . . . नाही . . . . शांतता चिरतच मरुक जोरात ओरडला आणि सरकार मेला म्हटल्यावर सर्व पिशाच्च पळू लागले. कारण त्या काळी राजा संपला की युध्द पण संपत होतं आणि या अंतिम युध्दामध्ये अमरोसीया राज्य जिंकलं होतं .

" ते मूल माझ्याकडे दे , " मार्कंड गुहेमध्ये घुसला होता .

" मुळीच नाही , नीच माणसा , " मुन बोलली . तिने ते मूल आपल्या छातीशी कवटाळले होते .

" अहो महाराणी साहेबा , मी सांगतोय त्याप्रमाणे मला ते मूल द्या . नाहीतर ते कसं घ्यायचं हे मला चांगलंच माहिती आहे . " मार्कंड अदबीने बोलला आणि थोडा वेळ त्याने वाट पाहिली .

" माझा प्राण गेला तरी पण मी तुला माझं बाळ नाही देणार आणि तुला मुल द्यायला तू कोण लागून गेलास , नराधम माणसा , " मुन मागे मागे चालत बोलली .

" बरं , माझ्या चांगुलपणाचा काही उपयोग झाला नाही असं वाटतंय , " मार्कंड मनातल्या मनात बोलला आणि पळत गेला दे म्हणतोय ना , तो ते मूल हिसकावून घेण्याचा प्रयत्न करत होता .

" मी तुझी सावली सुध्दा याच्यावरती पडू देणार नाही . " मुनचे डोळे पाणावले होते तिनं मार्कंडच्या थोबाडीत मारली . मार्कंडचा गाल लाल झाला .

" कसं देत नाहीस बघतोच , " मार्कंडनं आपला गाल चोळतच मुनच्या पोटावरती जोरात लाथ घातली .

" आई . . . . . . गं . . . . " अचानक झालेल्या धक्क्याने मुन मागे पडली . तिचं डोकं दगडावरती जोरात आदळलं . तिची कवटीची भकलं झाली होती . पण तिनं आपलं बाळ खाली पडू दिलं नव्हतं . आपल्या छातीशी जोरात कवटाळून तिनं ते धरलं होतं . ते बाळ जोरजोरात रडत होतं .

" आता . . . काय करशील बघतोच मी . . " मार्कंड तिच्या पोटावरती उभारला होता आणि ते मूल तो खेचू लागला होता .

" नाही . . . . . " मुन किंचाळत होती. तिला वेदना होत होत्या . आणि तिच्या हातातून ते मूल निसटत चाललं होतं . तिच्या डोळ्यावर हळूहळू अंधार दाटत चालला होता . तिच्या श्वासोच्छवास बंद होत होता . तेवढयात सप् . . . . . सरशी आवाज झाला मार्कंडचं नरडं कोणीतरी उडवलं होतं .

" याचीच तर मी कधी पासून वाट पाहत होतो . '' तो आवाज मरुकचा होता . " याला घेऊन दूर जा मरुक , " मुन बोलली .

'' महाराणी साहेबा . . . '' मरुक पुढे काय बोलणार इतक्यात मुनने आपले डोळे मिटले होते . ती केव्हाच मृत्यूला जाऊन मिळाली होती .

मरुकने आपले डोळे पुसले आणि ते मूल उचलले . तलवार दूर भिरकावून दिली . कारण त्या तलवारीचा आता त्याला काय उपयोग नव्हता . तो कोणासाठी लढणार होता ? .

" कोणीतरी इथे आहे , मारून टाका त्याला ". मुलाच्या रडण्याचा आवाज ऐकून अमरोसीयाचे सैनिक आले होते .

" तो बघा तो मुलाला घेऊन चाललाय , तो तिथे आहे " , ' पकडा त्याला ' , एक सैनिक म्हणाला .

सैनिक पाठलाग करतात म्हटल्यावर मरुक त्या मुलाला घेऊन गहेच्या दुसऱ्या टोका पळाला , जिथे अंधार होता . तो पुढे चालत होता आणि त्याला आजूबाजूचं काहीच दिसत नव्हतं . तो चाचपडत होता , लडखडत होता , बराच वेळ झाला तो चालत होता. त्याला असं वाटलं की तो युगेनयुगे चालतच आहे . आणि अचानक त्याच्या समोरचा अंधार नाहीसा झाला . अचानक कोणीतरी प्रकाशाची कळ दाबावी असं वाटत होतं आणि शेवटी मरुकला समजलं की , तो अदृश्य दरवाजातून अमरोसीया राज्यात आला होता .

त्याने डोळे किलकिले करून आजूबाजूला पाहिले . त्याच्या समोरचं दृश्य अप्रतिम होतं . तो एका हिरव्यागार डोंगरावर उभा होता . आणि त्याच्या समोर पण हिरवाईने भरलेला डोंगर होता . आणि समोरच्या डोंगरावरून सूर्य आपलं डोकं हळूच वरती काढत होता .

त्या राज्यामध्ये हिरवळ होती , फळबागा होत्या , फुले होती , वेगवेगळ्या रंगाची आणि डोंगरदऱ्यामधून उगम पावलेली नागमोडी वळणाची आमरोसीया नदी होती , जिचं पाणी स्वच्छ होतं , पवित्र होतं . ते राज्य जणू स्वर्गच होता . अफाट निसर्गाच्या सौंदर्याचं दर्शन होत होतं .

मरुक आता डोगरा वरून चालत चालत नदी किनारी आला होता . पाणी बघून , त्याला तहान लागलेली होतीच . आणि म्हणून त्याने

मुलाला बाजूला ठेवले . आणि नदीच्या पात्रामध्ये तोंड खुपसून पाणी पिऊ लागला . त्याला काय करावं काहीच सुचत नव्हतं . त्याच्या जवळचं असं कोणी राहिलंच नव्हतं . स्वतःला संपवून टाकावं असं त्याला वाटत होतं .

" तो बघा तिकडे आहे . " एक सैनिक नदीकडे बोट दाखवून म्हणाला . तो नुकताच त्या अदृश्य दरवाजामधून बाहेर आला होता . आणि ते सर्व सैनिक मरुककडे वेगाने पळत होते .

मरुक आता पळत होता , पण त्याचा काय उपयोग नव्हता कारण त्याला माहीत होतं की , आपण कितीही पळालो तरी हे सैनिक आपल्याला पकडणारच आणि नुसते पकडणार नाहीतर तर , ते मारून टाकतील आणि माझ्या बरोबर या मुलाला पण मारून टाकतील .

काहीतरी केलं पाहिजे . मरुक मनाशीच बोलला . मी मेलो तरी चालेल . पण हे बाळ जगलं पाहिजे . " काहीतरी ? . . . . " मरुक विचारात गुंग झाला होता . अमरोसीयाचे सैनिक त्याच्याजवळ येत होते .

विचार करत असतानाच मरुकला नदी किनाऱ्यावरून जाणारी एक टोपली दिसली .

टोपली पाहिल्या नंतर मरुकचे विचार चक्र चालू झाले . त्याने नदीच्या पात्रामध्ये जाऊन ती टोपली बाहेर काढली, त्या टोपलीमध्ये शिजवलेला भात दाबून भरला होता . त्या भातावर लाल आणि पिवळ्या रंगाची भुकटी मारली होती . आणि त्या भातावर जागोजागी अगरबत्ती रुतविल्या होत्या , त्या अगरबत्ती जळत होत्या , त्या टोपलीतून धुर बाहेर येत होता .

नदीच्या देवतेला वाहिलेला तो एक नैवेद्य होता . मरुक ने त्या टोपलीमधले सर्व साहित्य बाहेर काढून फेकून दिले , ती टोपली पूर्णपणे रिकामी केली . आणि आपल्या अंगातला सदरा काढून त्या टोपलीत अंथरला आणि त्या टोपलीमध्ये अलगद , त्या बाळाला ठेवून दिले . ते बाळ आता जांभई देत होतं . त्याला झोप येत होती . मरुकने शेवटचं त्या मुलाकडे पाहिलं . " मी जगलो तर तुम्हाला शोधून काढीन सरकार " . मरुकचं डोळं पाण्यानं भरलं होतं . डोळं पुसून त्यानं लगेचच ती टोपली नदीमध्ये अलगद सोडून दिली . ती टोपली वाहतीला लागली होती .

शेवटचं त्या टोपलीकडे मरुकनं पाहिलं . आणि तो जोरजोरात उलट्या दिशेने ओरडतच पळत सुटला , जेणेकरून तो सर्व सैनिकांचे लक्ष ओढून घेत होता .

" अरे , सैनिकांनो या , मी इकडे आहे , पकडा मला " , मरुकच ओरडतच होता.

अमरोसीयाचे सैनिक त्याच्याजवळ येत होते ते त्याला पकडणार होते आणि मरुक जीवाच्या आकांताने पळत होता .

आणि . . . .

दूरवरून एक सोनेरी बाण मरुकच्या दिशेने येत होता . आणि तिथून काही अंतरावर अमरोसीया नदीमध्ये वाहत असलेल्या एका टोपलीमध्ये एक सुंदर मूल निपचित झोपले होते .

उत्तरेकडून येणाऱ्या वाऱ्यामुळे त्या बाळाचे केस हलकेच हलत होते . आणि क्षितिजावरती सूर्य बड्या ऐटीत उभा होता . त्या सूर्याचा सोनेरी प्रकाश त्या बाळाच्या चेहऱ्यावर पडला होता. ते तेजस्वी बाळ कोणी साधंसुधं नव्हतं .

तो राकस साम्राज्याचा सरकार होता .

समाप्त